சிறுதானிய

ஸ்நாக்ஸ் & ஸ்வீட்ஸ்

சிறுதானிய ஸ்நாக்ஸ் & ஸ்வீட்ஸ்
Sirudaniya Snacks & Sweets
Deepa Sekar ©

First Edition: August 2015
104 Pages
Printed in India.

ISBN: 978-93-84149-33-8
Title No: Kizhakku 838

Kizhakku Pathippagam
177/103, First Floor,
Ambal's Building, Lloyds Road
Royapettah, Chennai 600 014.
Ph: +91-44-4200-9603

Email : support@nhm.in
Website : www.nhm.in

Printed in India by Repro India Ltd., Navi Mumbai

Kizhakku Pathippagam is an imprint of New Horizon Media Private Limited

சிறுதானிய
ஸ்நாக்ஸ் & ஸ்வீட்ஸ்

தீபா சேகர்

கிழக்கு

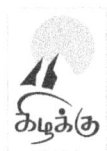

உள்ளே...

சிறுதானிய ஸ்வீட்ஸ்

அவசியம் தெரிந்துகொள்ள வேண்டிய சிறு தானியங்களின் நற்குணங்கள், பலன்கள்:

1. தினை (Foxtail Millet): இந்தத் தானியம் உலக அளவில் பயிரிடப்படுகிறது. நீரிழிவு நோயாளி களுக்கு மிகவும் நல்லது. சமைப்பது எளிது. செரிமானம் மிகவும் சுலபம்.

2. சாமை (Little Millet): சாமை தானியம் அதிக மருத்து குணம் கொண்டது. வயிற்றுப் புண்ணை ஆற்றும் சக்தி வாய்ந்தது. மலச் சிக்கல் வராமல் தடுக்கும். எல்லா வயதினர்களுக்கும் உண்ண ஏற்றது.

3. கம்பு (Pearl Millet): கம்பு உடலுக்கு மிகவும் குளிர்ச்சி தரக் கூடியது. பாலூட்டும் தாய்மார்களுக்கு ஏற்றது. வயிற்றுப் புண், குடல் புண்ணை ஆற்றும் குணம் கொண்டது. இரும்பு, புரதச் சத்து, மாவுச் சத்து நிறைந்தது.

4. கேழ்வரகு அல்லது ராகி (Finger Millet) : கேழ்வரகு தானியம் நீரிழிவு நோயாளிகளுக்கு மிக மிக நல்லது. உடல் எடையைக் குறைக்கும் குணம் கொண்டது. குழந்தைகளுக்கு மிகச் சிறந்த உணவு. கஞ்சி, கூழ் தயார் செய்ய மிகவும் உகந்தது.

5. குதிரைவாலி (Barnyard Millet): இத்தானியம் உடல் உறுப்புகளைத் தூய்மைப்படுத்தும் நற்குணம் கொண்டது. மிகவும் நார்ச் சத்து உள்ளது. புரதச் சத்து, இரும்புச் சத்தும் அதிகம் கொண்டது.

6. வரகு (Kodo Millet): வரகு நீரிழிவு நோயாளிகளுக்கு ஏற்றது. இந்த வரகுச் செடி தண்ணீர் இல்லாமலேயே வாழும் ஆற்றல் கொண்டது. உடல் பருமனைக் குறைக்க வல்லது. பெண்களுக்கு மாத விடாய் பிரச்னைகளை சரி செய்ய வல்லது. கண்களுக்கு மிகவும் நல்லது.

7. சோளம் (White Millet): சோளம் பல ஆயிரம் ஆண்டுகளாக உணவுகளில் சேர்க்கப்படுகிறது. மாவுச் சத்து, நார்ச் சத்து அதிகம் உள்ளது. இதை சிறிது சாப்பிட்டாலே வயிறு நிரம்பி விடும். நீரிழிவு நோயாளிகளுக்கு மிகவும் உகந்தது.

8. கொள்ளு (Horse Gram): கொள்ளு தானியம் சளி, இருமலுக்கு மிகவும் நல்லது. மலச்சிக்கல் வராமல் பாதுகாக்கும். வயிறு உபாதைகளுக்கு நல்லது. இந்தத் தானியத்தை அளவாகச் சாப்பிடுவது மிகவும் நன்மை பயக்கும்.

சிறு தானிய ஸ்நாக்ஸ்

1. குதிரைவாலி சீஸ் கட்லெட்

தேவையான பொருள்கள்:

வேக வைத்து, தோல் உரித்துத் துருவிய உருளைக் கிழங்கு - 1 கப்

நன்கு வேக வைத்த குதிரைவாலி அரிசி (மசித்தது) - 1/2 கப்

வேக வைத்து மசித்த பச்சைப் பட்டாணி - 1/2 கப்

துருவிய இஞ்சி - 1 டேபிள் ஸ்பூன்

பச்சை மிளகாய் விழுது - 1 டீ ஸ்பூன்

துருவிய பூண்டு - 1 டீ ஸ்பூன்

உப்பு - ருசிக்கேற்ப

மிளகுப் பொடி - 1/2 டீ ஸ்பூன்

பொடியாக நறுக்கிய பச்சை கொத்தமல்லி - சிறிது

பொடியாக நறுக்கிய புதினா - சிறிது

துருவிய பீட்ஸா சீஸ் (மாத்சரல்லா Mozralla சீஸ்) - 1 கை

ரொட்டித் தூள் - 1 கப்

பொன்னிறமாக வறுத்த ஓட்ஸ் - 1/4 கப்

மைதா கரைசல் - (1/2 கப் மைதா மாவில் சிறிது தண்ணீர் விட்டு சற்று நிதானமான கரைசலாகக் கரைக்கவும்)

சமையல் எண்ணெய் - தேவையான அளவு

செய்முறை:

❖ *ஒரு அகலமான தட்டை எடுத்து, அதில் உருளைக் கிழங்கிலிருந்து துருவிய பீட்ஸா சீஸ் வரை ஒன்றாகப் போட்டு நன்கு பிசையவும். மாவை நன்கு உருட்டி, கட்லெட் வடிவத்தில் தட்டிக் கொள்ளவும் (வட்டமாகவோ, சதுரமாகவோ, இதய வடிவிலோ விருப்பமான வடிவத்தில் தட்டிக் கொள்ளலாம்).*

❖ *அடுத்து ஒரு அகலமான தட்டில் ரொட்டித் தூளையும், வறுத்த ஓட்ஸையும் போட்டு நன்றாகக் கலக்கவும்.*

❖ பின் தட்டி வைத்துள்ள கட்லெட்டுகளை மைதா மாவு கரைசலில் முக்கி, பின் ரொட்டித் தூள், ஓட்ஸ் கலவையில் பிரட்டவும்.

❖ அடுத்ததாக, ஒரு கனமான தோசைக் கல்லை அடுப்பிலேற்றி, கல் சூடானதும், நிதானமான தீயில் 4 கட்லெட்டுகளாகப் போட்டு, சுற்றிலும் சமையல் எண்ணெய் விட்டு பொன்னிறமாக இரு புறமும் சுட்டு எடுக்கவும்.

❖ சூடாக பச்சை சட்னி, தக்காளி சாஸ் வைத்துப் பரிமாறவும்.

குறிப்பு

உப்பு பார்த்து போடவும். சீஸ் போடுவதால் உப்பு போடும் பொழுது கவனமாக இருக்கவும்.

2. சாமை அரிசி தஹி பல்லே

இந்த தஹி பல்லே என்பது சாமை அரிசியில் செய்யக்கூடிய வட நாட்டுத் தயிர் வடை. செய்வது மிகவும் எளிது. சுவையோ படு பிரமாதம்

தேவையான பொருள்கள்:

ஊற வைத்த உளுந்து - 1 கப்

வேக வைத்த சாமை அரிசி - 1/4 கப்

உப்பு - ருசிக்கேற்ப

கடலை மாவு - 2 டீ ஸ்பூன்

கடைந்த கெட்டியான புளிக்காத தயிர் - தேவையான அளவு

சர்க்கரை - 2 டீ ஸ்பூன்

பொரிக்க:

சமையல் எண்ணெய் - தேவையான அளவு

மேலே தூவ:

வறுத்துப் பொடித்த சீரகப் பொடி - சிறிது

காஷ்மீரி மிளகாய்ப் பொடி - சிறிது

சாட் மசாலா - சிறிது

சன்ன ஓமப் பொடி - சிறிது

பச்சை சட்னி - சிறிது

இனிப்பு சட்னி - சிறிது

பொடியாக நறுக்கிய பச்சை கொத்தமல்லி - சிறிது

உதிர்த்த மாதுளம்பழம் - (சிகப்பு நிறமாக இருத்தல் நல்லது) சிறிது

செய்முறை:

- *உளுந்தை இரண்டு மணி நேரம் ஊற வைக்கவும். பின் சிறிது தண்ணீர் தெளித்து வடைக்கு அரைப்பதுபோல் அரைக்கவும். பின் அதனுடன் வேக வைத்த சாமை அரிசியை கையால் நன்கு மசித்துப் போடவும். கூடவே ருசிக்கேற்ப உப்பு போட்டு, கடலை மாவையும் சேர்த்துக் கலந்து, வடை மாவை கையால் மேலும், கீழுமாக நன்கு காற்று உள்ளே புகும்படி கலக்கவும்.*
- *பிறகு ஒரு வாணலியை அடுப்பிலேற்றி, சமையல் எண்ணெய் விடவும். எண்ணெய் சூடானவுடன், மிதமான காய்ச்சலில் கைகளில் தண்ணீர் தொட்டுக் கொண்டு மாவை சின்னச் சின்ன உருண்டைகளாக உருட்டி எண்ணெயில் போட்டு, லேசான பொன்னிறம் வரும் பொழுது எடுத்து, ஒரு பாத்திரத்தில் தண்ணீர் வைத்து, அதில் பொரித்த இந்த உருண்டைகளைப் போடவும். 2 நிமிடம் கழித்து எடுத்து ஒரு தட்டில் அடுக்கவும். நீளமாக அடுக்கவும். ஒன்றின் மேல் ஒன்று அடுக்க வேண்டாம்.*
- *பின்பு ஒரு பெரிய பாத்திரத்தில் தயிர், சர்க்கரை, உப்பு போட்டு நன்கு கடைந்து, வடைகளின் மேல் ஊற்றவும். பின்பு அலங்கரிக்கக் கொடுத்த பொருள்களை மேலாகத் தூவி, வடைகளைப் பரிமாறவும். சூப்பர் சுவையில் சாமை அரிசி தஹி பல்லே ரெடி.*

குறிப்பு:

சாமை அரிசியை ஊற வைத்து உளுந்துடன் அரைத்துச் சேர்ப்பதால் வடை சற்று முறுகலாகக் கிடைக்கும். மெதுவாக இருக்காது. வெயில் நாட்களில் தஹி பல்லேவை குளிர் சாதனப் பெட்டியில் வைத்து ஜில்லென்றும் பரிமாறலாம். சாமை அரிசியை வேக வைத்துச் சேர்ப்பதால் வடை மிருதுவாக இருக்கும்.

3. வரகு அரிசி கீரை பாட்டீஸ்

தேவையான பொருள்கள்:

ஊற வைத்த வரகு அரிசி - 1 கப்

ஊற வைத்த வெள்ளைக் கொண்டைக் கடலை - 1 கப்

ஊற வைத்த ராஜ்மா - 1 கப்

ஊற வைத்த கடலைப் பருப்பு - 1 கப்

ஊற வைத்த பாசிப் பருப்பு - 1 கப்

ஊற வைத்த கறுப்பு கொண்டைக் கடலை - 1 கப்

பொடியாக நறுக்கிய பச்சை கொத்தமல்லி - 1 கை

உப்பு - ருசிக்கேற்ப

அரைத்த மாவுடன் சேர்க்கத் தேவையான பொருள்கள்:

பொடியாக நறுக்கிய வெங்காயத் தாள் (Green spring onion) - 1 கை

துருவிய செட்டர் சீஸ் (Cheddar cheese) - 1 கை

பொடியாக நறுக்கிய பாலக் கீரை - 2 கை

பாட்டீஸ் சுட்டெடுக்கத் தேவையான பொருள்கள்:

சமையல் எண்ணெய் - தேவையான அளவு

ரொட்டித் தூள் - பாட்டீஸ் புரட்ட தேவையான அளவு

செய்முறை:

- முதலில் மேற்கூறிய பொருள்களில் வரகரிசியை மட்டும் ஒரு மணி நேரம் ஊற வைக்கவும். மற்ற வெள்ளைக் கொண்டைக் கடலை முதல் கறுப்புக் கொண்டைக் கடலை வரையிலான பொருள்களை எட்டு மணி நேரம் ஊற வைக்கவும். பிறகு வடிகட்டி, அதனுடன் பச்சை மிளகாய், மல்லித் தழை, உப்பு சேர்த்து கெட்டியாக, கரகரப்பாக அரைக்கவும்.
- பின் அரைத்த மாவுடன், பொடியாக நறுக்கிய வெங்காயத் தாள், துருவிய செட்டர் சீஸ், பொடியாக நறுக்கிய பாலக் கீரை அனைத்தையும் சேர்த்துக் கலந்து ஒரு 10 நிமிடம் ஊற வைக்கவும்.
- அடுத்ததாக ஒரு தோசைக் கல்லை அடுப்பிலேற்றி, சூடு பண்ணவும். மிதமான சூட்டில் (நான் ஸ்டிக் தோசை தவா மிகவும் நன்றாக இருக்கும்.) காய வைத்து, மேற்கூறிய மாவு கலவையிலிருந்து நிதானமாக உருண்டைகளை உருட்டித், தட்டி, வட்ட வடிவமாக தட்டி, ரொட்டித் தூளில் புரட்டி, கல்லில் போட்டு, இரு புறமும் எண்ணெய் விட்டு பொன்னிறமாக சுட்டு எடுக்கவும்.
- சூடாக தக்காளி சாஸ், பச்சை சட்னி, இனிப்பு சட்னி வைத்துப் பரிமாறவும்.

குறிப்பு:

புரதச் சத்து நிறைந்து இருக்கும் இந்த பாட்டீஸ் மிகவும் ருசியாக இருக்கும்.

4. தினை மலாய் டோஸ்ட்

இந்த மலாய் டோஸ்ட் சண்டிகர், தில்லி ஆகிய இடங்களில் பிரசித்தி பெற்றது. செய்வது மிகவும் சுலபம்.

தேவையான பொருள்கள்:

ரொட்டி ஸ்லைஸ் - 4 (ஓரங்கள் நறுக்க வேண்டும்)

பொடியாக நறுக்கிய கோஸ் - 2 டேபிள் ஸ்பூன்

பொடியாக நறுக்கிய பச்சை குடை மிளகாய் - 2 டேபிள் ஸ்பூன்

பொடியாக நறுக்கிய பச்சை மிளகாய் - 1 டீ ஸ்பூன்

பொடியாக (விதை எடுத்து) நறுக்கிய தக்காளி - 2 டேபிள் ஸ்பூன்

வெண்ணெய் - 1 டேபிள் ஸ்பூன்

ஃபிரஷ் கிரீம் (மலாய்) - 2 டேபிள் ஸ்பூன்

சமையல் எண்ணெய் - தேவையான அளவு

உப்பு - ருசிக்கேற்ப

வறுததுப் பொடித்த தினை அரிசிப் பொடி - 2 டேபிள் ஸ்பூன்

மேலே தூவ:

சாட் மசாலா - சிறிது

செய்முறை:

❖ முதலில் அடுப்பில் ஒரு நான் ஸ்டிக் தோசை தவாவை வைத்துச் சூடாக்கவும். மிதமான சூட்டில் ரொட்டி ஸ்லைசை வைத்து இரு புறமும் சமையல் எண்ணெய் விட்டு பொன்னிறமாகச் சுட்டு எடுக்கவும். சுட்டு எடுத்த ரொட்டித் துண்டுகளை ஒரு அகலமான தட்டில் வைக்கவும்.

❖ அடுத்து பொடியாக நறுக்கிய கோஸ், வெங்காயம், குடை மிளகாய், பச்சை மிளகாய், உப்பு, தக்காளி, தினை ப் பொடி, வெண்ணெய், மற்றும் ஃபிரஷ் க்ரீம் கலந்து ரொட்டித் துண்டுகளின் மேல் பரவலாக பரத்தி, மேலே சாட் மசாலா தூவி, பரிமாறவும்.

குறிப்பு:

1. தினை அரிசியை வெறும் வாணலியில் பொன்னிறமாக வறுத்து நைசாகப் பொடிக்கவும்.

2. இந்த டோஸ்டுடன் ஒரு டம்ளர் கலவை பழ ஜூஸ் சேர்த்து பரிமாற, ருசி அலாதி. வயிறு நிரம்பி விடும்.

5. கேழ்வரகு பன்னீர் பக்கோடா

தேவையான பொருள்கள்:

சாமை அரிசி மாவு - 1/2 கப்

கடலை மாவு - 1 கப்

கேழ்வரகு மாவு - 14/ கப்

ஓமம் - 1 டீ ஸ்பூன்

துருவிய காரட், துருவிய கோஸ், துருவிய பன்னீர் - தலா 1 கப்

உப்பு - ருசிக்கேற்ப

சமையல் எண்ணெய் - தேவையான அளவு

நைசாக அரைக்க:

பொடியாக நறுக்கிய பச்சை கொத்தமல்லி - 1 கை

பச்சை மிளகாய் - 3

பெரிய வெங்காயம் - 1

மஞ்சள் பொடி - 1/2 டீ ஸ்பூன்

இஞ்சி - 1 சிறிய துண்டு

பூண்டு - 1 பல்

கறிவேப்பிலை - சிறிது

கரைசல்:

நெய் - 1 டேபிள் ஸ்பூன்

சமையல் சோடா - 2 சிட்டிகை

செய்முறை:

❖ ஒரு அகலமான பெரிய தட்டு எடுத்து அதில் முதலில் நெய் + சமையல் சோடா சேர்த்து நன்கு குழைக்கவும். அதில் அரைத்த கலவையைப் போட்டுக் கலக்கவும். பின் சாமை மாவு, கடலை மாவு, கேழ்வரகு மாவு, துருவிய கோஸ், காரட், பன்னீர், ருசிக்கேற்ப உப்பு சேர்த்து பிசைந்து வைக்கவும்.

❖ மாவு சற்று இருக்கமாக இருந்தால் சிறிது தண்ணீர் தெளித்து பிசையவும்.

❖ அடுத்து ஒரு அடி கனமான கடாயில் சமையல் எண்ணெய் ஊற்றி, அடுப்பிலேற்றி, எண்ணெய் காய்ந்ததும், பக்கோடாவை சின்னச் சின்னதாக உருட்டி அல்லது கிள்ளிப் போட்டு பொன்னிறமாகப் பொரிக்கவும்.

❖ சூடாக தக்காளி சட்னி, தேங்காய் சட்னி, தக்காளி கெட்சப் வைத்துப் பரிமாறவும்.

❖ சூடான கேழ்வரகு பன்னீர் பக்கோடாவுடன் ஒரு கப் டீ (ஏலக்காய் டீ அல்லது மசாலா சாய்) பிரமாதம்.

குறிப்பு:

சமையல் சோடா போடாமலும் பக்கோடாவை தயாரிக்கலாம். ஆனால், கொஞ்சம் கிண் என்று இருக்கும்; மிருதுத் தன்மை குறையும்.

6. சீஸ் ஃபிங்கர்ஸ் [தினை சீஸ் ஃபிங்கர்ஸ்]

தினை சீஸ் ஃபிங்கர்ஸ் ஒரு நல்ல ஸ்டார்டர். இதைச் சூப்புடன் பரிமாற நன்கு இருக்கும். குழந்தைகள் விரும்பிச் சாப்பிடுவார்கள்.

தேவையான பொருள்கள்:

தினை அரிசி - 1/4 கப் (வாணலியில் பொன்னிறமாக வறுத்துப் பொடித்தது)

மைதா மாவு - 1 கப்

துருவிய ஃப்ராஸஸ்டு (processed) சீஸ் - 6 டேபிள் ஸ்பூன்

உப்பு - 1/4 டீ ஸ்பூன்

வெண்ணெய் - 1/4 கப்

ஐஸ் தண்ணீர் - சிறிது

மிளகுப் பொடி - 1/4 டீ ஸ்பூன்

கரகரப்பாக பொடித்த சீரகம் - 1/2 டீ ஸ்பூன்

செய்முறை:

- *மேற்கூறிய பொடித்த தினை அரிசி முதல் கரகரப்பாக பொடித்த சீரகம் வரை எல்லாப் பொருள்களையும் ஒரு அகலமான தட்டில் போட்டு நன்கு கலக்கவும். ஐஸ் தண்ணீர் விட்டு (பூரி மாவு பதம்) மாவு பிசையவும். மாவு ஐந்து நிமிடம் அப்படியே இருக்கட்டும்.*
- *பின் ஒரு பெரிய சப்பாத்தியாகத் திரட்டி, விரல் நீளத்திற்கு நீள நீள துண்டுகளாக நறுக்கி, சூடான அவனில் (180 டிகிரி வெப்பத்தில்) ஒரு தட்டில் லேசாக எண்ணெய் தடவி, சற்று இடைவெளி விட்டு வைத்து 12-15 நிமிடம் பொன்னிறமாகும் வரை பேக் செய்யவும். சற்று ஆறியதும், காற்றுப் புகாத டப்பாவில் போட்டு வைக்கவும்.*

குறிப்பு:

1. இந்தத் தினை சீஸ் ஃபிங்கர்ஸ் - மிகவும் ருசியாக இருக்கும். அப்படியே சாப்பிடலாம் அல்லது சூடான சூப்புடன் வைத்துப் பரிமாறவும்.

2. அவனில் வைத்து பேக் பண்ணும் பொழுது, தட்டில் மிகச் சிறிய அளவே சமையல் எண்ணெய் தடவவும்.

7. குதிரைவாலி வெஜ் டோக்ளா

தேவையான பொருள்கள்:

குதிரைவாலி அரிசி ரவை- 1/4 கப்

வெள்ளை ரவை - 1 கப்

ரவையாக உடைத்த கடலைப் பருப்பு - 2 டேபிள் ஸ்பூன்

சற்றுப் புளித்த மோர் - 2 கப்

இஞ்சி, பச்சை மிளகாய் விழுது - 1 டேபிள் ஸ்பூன்

துருவிய காரட், துருவிய கோஸ் - தலா 2 டேபிள் ஸ்பூன்

வேக வைத்து சற்று மசித்த பச்சைப் பட்டணி - 2 டேபிள் ஸ்பூன்

உப்பு - ருசிக்கேற்ப

ஃப்ரூட் சாலட் - 1 1/2 டீ ஸ்பூன்

தாளிக்க:

சமையல் எண்ணெய் - 2 டேபிள் ஸ்பூன்

வெள்ளை எள் - 1 டேபிள் ஸ்பூன்

பெருங்காய பொடி - 1/4 டீ ஸ்பூன்

பொடியாக நறுக்கிய கறிவேப்பிலை - சிறிது

செய்முறை:

❖ ஒரு பெரிய அகலமான பாத்திரத்தை எடுத்து, அதில் குதிரைவாலி அரிசி ரவை, வெள்ளை ரவை, ரவையாக உடைத்த கடலைப் பருப்பு, காய்கறிகள், உப்பு, மோர், இஞ்சி, பச்சை மிளகாய் விழுது அனைத்தையும் சேர்த்துக் கலந்து 25 நிமிடம் ஊற வைக்கவும்.

❖ டோக்ளா மாவில் ஃப்ரூட் சாலட் + 1 டேபிள் ஸ்பூன் தண்ணீர் கலந்து விடவும். மாவு நுரைத்து வரும்போது எண்ணெய் தடவிய தட்டில் மாவைக் கொட்டி, ஆவியில் 15 நிமிடம் வேக வைத்து, ஆற விட்டு, வில்லைகளாக நறுக்கி, தாளித்து, கலந்து பரிமாறவும். பச்சை சட்னி, இனிப்பு சட்னி நல்ல பொருத்தம்.

குறிப்பு:

மாவு 25 நிமிடம் ஊறிய பிறகு சற்றுக் கெட்டியாக இருந்தால் சிறிது மோர் விட்டு கலந்து (இட்லி மாவு பதம்) பின் வேக வைக்கவும்.

8. ஹரியாலி சோளம் சோயா பூரி

ஹரியாலி என்றால் பச்சை நிறம் என்று பொருள். வெந்தயக் கீரை, பச்சை கொத்தமல்லி சேர்த்துச் செய்யும் இந்தப் பூரி லஞ்ச் பாக்ஸ் ஸ்பெஷல்.

தேவையான பொருள்கள்:

வெள்ளை சோள மாவு - 1/4 கப்

சோயா மாவு - 1/2 கப்

கோதுமை மாவு - 1 கப்

வறுத்து சற்றுக் கரகரப்பாக பொடித்த வெள்ளை எள் + கறுப்பு எள்ளு (எண்ணெய் இல்லாமல் வறுக்கவும்) - 2 டேபிள் ஸ்பூன்

உப்பு - ருசிக்கேற்ப

ஓமம் - 1 டீ ஸ்பூன்

காஷ்மீரி மிளகாய்ப் பொடி - 1/2 டீ ஸ்பூன்

மஞ்சள் பொடி - 1/2 டீ ஸ்பூன்

சுத்தம் செய்து பொடியாக நறுக்கிய வெந்தயக் கீரை - 2 டேபிள் ஸ்பூன்

பொடியாக நறுக்கிய பச்சை கொத்தமல்லி - 2 டேபிள் ஸ்பூன்

வேக வைத்து அரைத்த பச்சைப் பட்டாணி விழுது - 1/4 கப்

பச்சை மிளகாய், இஞ்சி விழுது - 1 டீ ஸ்பூன்

சூடான சமையல் எண்ணெய் - 1 டேபிள் ஸ்பூன்

சமையல் எண்ணெய் - தேவையான அளவு (பொரிப்பதற்கு)

செய்முறை:

- *மேற்கூறிய தேவையான பொருள்களை எல்லாம் ஒரு அகலமான தட்டில் போட்டு நன்கு கலந்து சூடான எண்ணெய் விட்டு, தண்ணீர் தெளித்து பூரி மாவு பதத்துக்கு பிசைந்து, ஒரு ஐந்து நிமிடம் வைக்கவும்.*
- *5 நிமிடத்துக்குப் பிறகு மாவை உருட்டி பின் பூரிகளாக இட்டு, சூடான எண்ணெயில் பொரித்தெடுக்கவும்.*
- *பொரித்தெடுத்த பூரிகளைக் கெட்டித் தயிர், ஊறுகாய், சூடான சன்னா மசாலா வைத்துப் பரிமாறவும்.*

குறிப்பு:

இந்த ஹரியாலி சோள சோயா பூரி விருந்திற்கு ஏற்ற ஒரு அயிட்டம். இனிப்பு மாங்காய் பச்சடியுடன் பரிமாற சுவை சிம்பிளி சூப்பர்ப்!

9. கம்பு கோஃப்தா பால்ஸ்

தேவையான பொருள்கள்:

பொன்னிறமாக வறுத்த கம்பு மாவு - 1/4 கப்

வேக வைத்து துருவிய காரட் - 1/4 கப்

வேக வைத்து துருவிய உருளைக் கிழங்கு (தோல் எடுத்து துருவவும்) - 1 கப்

பொடித்த கிராம்பு, ஏலக்காய், பட்டை பொடி - 1 1/2 டீ ஸ்பூன்

இஞ்சி, பச்சை மிளகாய் விழுது - 1 டீ ஸ்பூன்

உப்பு - ருசிக்கேற்ப

பொடியாக நறுக்கிய பச்சை கொத்தமல்லி - 1 டேபிள் ஸ்பூன்

வதக்கிய வெங்காய விழுது - 1/2 கப்

மஞ்சள் பொடி, மிளகாய்ப் பொடி - தலா 1/2 டீ ஸ்பூன்

சமையல் எண்ணெய் - தேவையான அளவு

செய்முறை:

- ஒரு அகலமான தட்டில் மேற்கூறிய தேவையான பொருள்கள் அனைத்தையும் போட்டு நன்கு கலந்து, சின்னச் சின்ன உருண்டைகளாக உருட்டி வைக்கவும்.
- பின் ஒரு வாணலியை அடுப்பிலேற்றி, சமையல் எண்ணெய் விட்டு, எண்ணெய் காய்ந்ததும், இரண்டு இரண்டு உருண்டைகளாகப் போட்டு, பொன்னிறமாகப் பொரித்து எடுக்கவும்.
- பொரித்தெடுத்த கம்பு கோஃப்தா உருண்டைகளைச் சூடாக தக்காளி சாஸ் வைத்துப் பரிமாறவும்.

10. சாமை பீட்ரூட் கோலா உருண்டை

தேவையான பொருள்கள்:

பொன்னிறமாக வறுத்துப் பொடித்த சாமை அரிசி - 2 டேபிள் ஸ்பூன்

துருவிய பீட்ரூட் - 2 கப்

மஞ்சள் பொடி - 1/4 டீ ஸ்பூன்

உப்பு - ருசிக்கேற்ப

பொடியாக நறுக்கிய பச்சை கொத்தமல்லி - சிறிது

வெறும் வாணலியில் பொன்னிறமாக வறுத்து நைசாக அரைக்க:

பொட்டுக் கடலை - 3 டீ ஸ்பூன்

துருவிய தேங்காய் - 2 கைப்பிடி

பச்சை மிளகாய் - 2

முந்திரி பருப்பு - 8

கசகசா - 1 டீ ஸ்பூன்

ஏலக்காய் - 2

பட்டை - 1 சிறிய துண்டு

கிராம்பு - 2

மிளகாய் வற்றல் - 1

சோம்பு - 1/2 டீ ஸ்பூன்

பொரிக்க:

சமையல் எண்ணெய் - தேவையான அளவு

செய்முறை:

- ஒரு அகலமான வாணலியை அடுப்பிலேற்றி, எண்ணெய் சேர்க்காமல் துருவிய பீட்ரூட்டை மிதமான தீயில் சிறிது வதக்கவும்.
- பின்பு தீயை சிம்மில் வைத்து, சாமை அரிசி மாவு, மஞ்சள் பொடி, உப்பு, நறுக்கிய கொத்தமல்லி போட்டு அதனுடன் அரைத்த கலவையையும் சேர்த்து கிளறவும். பிறகு இறக்கி ஆற வைக்கவும்.
- கலவை ஆறியதும், சிறு சிறு உருண்டைகளாக செய்துவைக்கவும்.
- அடுத்து, ஒரு வாணலியை அடுப்பிலேற்றி, சமையல் எண்ணெய் விட்டு, எண்ணெய் நன்கு காய்ந்ததும், சூடான எண்ணெயில் இரண்டிரண்டாக உருண்டைகளைப் போட்டு பொன்னிறமாக பொரித்து எடுக்கவும்.
- சுவையான இந்த சாமை பீட்ரூட் கோலா உருண்டையை சூடாக தேங்காய் சட்னி, தக்காளி சட்னி வைத்துப் பரிமாறவும்.

குறிப்பு:

இந்தக் கோலா உருண்டை செட்டி நாட்டின் ஒரு ஸ்பெஷல் டிஷ்!

11. குதிரைவாலி மூங்தால் படா

இந்த மூங்தால் படா என்பது ராஜஸ்தானின் ஒரு பிரசித்தி பெற்ற வடை. மூங்தால் என்பது முழு பச்சை பயறு.

தேவையான பொருள்கள்:

குதிரைவாலி அரிசி (ஊற வைத்தது) (1 மணி நேரம் ஊற வைக்கவும்) - 1/4 கப்

முழு பச்சை பயறு - 1 1/2 கப் (8 மணி நேரம் ஊற வைக்கவும்)

இஞ்சி - 1 சிறிய துண்டு

பூண்டு - 3 பல்

முழு தனியா விதை - 2 டேபிள் ஸ்பூன்

சோம்பு - 1 டேபிள் ஸ்பூன்

பெரிய வெங்காயம் - 1 (பொடியாக நறுக்கியது)

பச்சை மிளகாய் - 4 (பொடியாக நறுக்கியது)

பெருங்காயப் பொடி - 1/4 டீ ஸ்பூன்

பொடியாக நறுக்கிய பச்சை கொத்தமல்லி - 1/4 கப்

உப்பு - ருசிக்கேற்ப

மிளகாய்ப் பொடி - 1/2 டீ ஸ்பூன்

அம்சூர் பொடி (காய்ந்த மாங்காய்ப் பொடி) - 1/2 டீ ஸ்பூன்

மிளகுப் பொடி - 1/2 டீ ஸ்பூன்

பொடியாக நறுக்கிய பாலக் கீரை - 1 கை

சமையல் எண்ணெய் - தேவையான அளவு

மேலே தூவ:

சாட் மசாலா பொடி - தேவையான அளவு

செய்முறை:

- *ஊற வைத்த குதிரைவாலி அரிசியையும், ஊற வைத்த முழு பச்சை பயிறையும் வடிகட்டவும்.*
- *பின் ஒரு வாணலியை அடுப்பில் வைத்து எண்ணெய் விடாமல் சோம்பு, தனியாவைப் பொன்னிறமாக வறுத்து, கரகரப்பாகப் பொடிக்கவும்.*
- *அடுத்து குதிரைவாலி அரிசி, பயறு, இஞ்சி, பூண்டு சேர்த்து நைசாக அரைக்கவும்.*
- *அரைத்த மாவை ஒரு கரண்டி கொண்டு ஐந்து நிமிடம் நன்றாக அடிக்கவும்.*
- *பின்பு, அந்த மாவுடன் கரகரப்பாக பொடித்த தனியா, சோம்பு பொடி, பொடியாக நறுக்கிய வெங்காயம், பச்சை மிளகாய், மல்லித் தழை, உப்பு, பெருங்காயப் பொடி, அம்சூர், மிளகுப் பொடி, மிளகாய் பொடி, பொடியாக நறுக்கிய கீரை எல்லாவற்ரையும் சேர்த்து, நீள நீள உருண்டைகளாக உருட்டிக் கொள்ளவும்.*
- *பிறகு அடுப்பில் வாணலி வைத்து எண்ணெய் ஊற்றிக் காய்ந்ததும் சூடான எண்ணெயில், உருண்டைகளை வடைகளாகத் தட்டிப் போட்டு இளம் பொன்னிறமாகப் பொரித்து எடுக்கவும்.*
- *அவ்வளவுதான் சுவையான குதிரைவாலி மூங்தால் படா ரெடி.*
- *இந்த வடையை சாப்பிடப் பரிமாறும் முன்பு, வடைகளை மீண்டும் சூடான எண்ணெயில் முறுமுறுப்பாகப் பொரித்து, (பொன்னிறமாக) சாட் மசாலா தூவி, பச்சை சட்னி, இனிப்பு சட்னி வைத்துப் பரிமாறவும்.*

குறிப்பு:

இரண்டு முறை பொரிப்பதால் வடைகள் முறுமுறுப்பாக இருக்கும்.

மேலே நன்கு கடைந்த புளிக்காத தயிர் விட்டும் கொடுக்கலாம்.

12. வரகு வெங்காய கச்சோரா

கச்சோரா - ராஜஸ்தானின் நசீராபாத் ஸ்பெஷல். மிகவும் டேஸ்டி.

மேல் மாவிற்குத் தேவையான பொருள்கள்:

பொன்னிறமாக வறுத்துப் பொடித்த வரகரிசி மாவு - 1/4 கப்

மைதா மாவு - 2 கப்

உருக்கிய நெய் - 6 டேபிள் ஸ்பூன்

சமையல் சோடா - 1/4 டீ ஸ்பூன்

உப்பு - ருசிக்கேற்ப

ஓமம் - 1 டீ ஸ்பூன்

மாவு பிசைய - தேவையான அளவு தண்ணீர்

பூரணம் செய்ய:

சமையல் எண்ணெய் - 3 டேபிள் ஸ்பூன்

வெங்காய விதை (கலோன்ஜி) - 1 டீ ஸ்பூன்

சோம்பு - 2 டீ ஸ்பூன்

பச்சை மிளகாய் (பொடியாக நறுக்கியது) - 2

பொடியாக நறுக்கிய பெரிய வெங்காயம் - 3

கடலை மாவு - 2 டேபிள் ஸ்பூன்

தனியா பொடி - 2 டீ ஸ்பூன்

காஷ்மீரி மிளகாய்ப் பொடி - 2 டீ ஸ்பூன்

கரம் மசாலா பொடி - 1 டீ ஸ்பூன்

சீரகப் பொடி - 1 டீ ஸ்பூன்

பொடியாக நறுக்கிய பச்சை கொத்தமல்லி - 1 கை

உப்பு - ருசிக்கேற்ப

பொரிக்க:

சமையல் எண்ணெய் - தேவையான அளவு

செய்முறை:

❖ முதலில் மேல் மாவிற்குக் கொடுத்துள்ள பொருள்களை பூரி மாவு பதத்துக்கு தண்ணீர் சேர்த்து பிசைந்து 1/2 மணி நேரம் மூடி வைக்கவும்.

அடுத்து பூரணம் செய்முறை:

❖ ஒரு கனமான வாணலியை அடுப்பிலேற்றி, சமையல் எண்ணெய் விட்டு சூடானதும் சோம்பு, வெங்காய விதை (கலோன்ஜி) தாளித்து, பின் வெங்காயத்தைச் சேர்த்து பொன்னிறமாக மிதமான தீயில்

வதக்கவும். பின் பச்சை மிளகாயுடன் மற்ற சாமான்களைச் சேர்த்து வறுத்து, அடுப்பிலிருந்து இறக்கி வைக்கவும்.

❖ பின்பு மேல் மாவிலிருந்து எலுமிச்சை அளவு உருண்டைகளை உருட்டி ஒரு தட்டில் வைக்கவும். ஒவ்வொரு உருண்டையையும் எடுத்து ஒரு கப் மாதிரி செய்து, அதில் நடுவில் வெங்காய பூரணத்தை நிரப்பவும். நன்கு மூடி லேசாக உருட்டவும் (ரொம்ப உருட்டினால் சப்பாத்தி ஆகி விடும்). கச்சோராவை உள்ளங்கையில் வைத்து லேசாக தட்டலாம்.

❖ பின் ஒரு கடாயை அடுப்பிலேற்றி, சமையல் எண்ணெய் விட்டு காய வைக்கவும். 4, 5 கச்சோராக்களைப் போட்டு பொன்னிறமாகப் பொரித்து, (மிதமான தீயில் அடுப்பை எரிய வைக்கவும்) சூடாகப் பரிமாறவும்.

❖ இனிப்பு சட்னி, பச்சை சட்னி, பூண்டு சட்னி, வரகு கச்சோராவுடன் பரிமாற ஏற்றது.

குறிப்பு:

வரகு வெங்காய கச்சோரா, தயிர், ஊறுகாயுடனும் பரிமாறலாம்.

13. குதிரைவாலி, சாமை, காய்கறி பிஸ்கட்

தேவையான பொருள்கள்:

குதிரைவாலி அரிசி மாவு - 1 டேபிள் ஸ்பூன்

சாமை அரிசி மாவு - 1 டேபிள் ஸ்பூன்

கடலை மாவு - 2 கை

மைதா - 1/2 கை

கார பொடி - 1 டேபிள் ஸ்பூன்

இஞ்சி துருவல் - 1 டேபிள் ஸ்பூன்

பச்சை மிளகாய் விழுது - 1 டேபிள் ஸ்பூன்

ஓமம் + சீரகப் பொடி - 2 டேபிள் ஸ்பூன்

துருவிய காரட், முள்ளங்கி - தலா 2 டேபிள் ஸ்பூன்

வெண்ணெய் - 2 டேபிள் ஸ்பூன்

உப்பு - ருசிக்கேற்ப

சமையல் சோடா - 1/4 டீ ஸ்பூன்

சமையல் எண்ணெய் - தேவையான அளவு

செய்முறை:

❖ ஒரு அகலமான தட்டில் வெண்ணெய், உப்பு, சோடா போட்டு நன்கு குழைத்து, மேற்கூறிய தேவையான பொருள்களை எல்லாம் கலந்து

தண்ணீர் தெளித்து, சப்பாத்தி மாவு பதம் பிசைந்து 10 நிமிடம் மூடி வைக்கவும்.

❖ பின் சற்று கனமான சப்பாத்திகளாக இட்டு, வேண்டிய வடிவங்களில் நறுக்கி அல்லது சதுர வில்லைகளாக நறுக்கிக்கொள்ளவும்.

❖ அடுத்து அடுப்பில் வாணலி வைத்து எண்ணெய் ஊற்றிக் காய்ந்ததும், சூடான எண்ணெயில் நறுக்கி வைத்துள்ள வில்லைகளைப் போட்டு பொன்னிறமாகப் பொரித்தெடுக்கவும்.

❖ பொரித்தெடுத்த பிஸ்கட்டை, காற்று புகாத டப்பாக்களில் எடுத்து வைத்து, சூடான காபி அல்லது டீயுடன் பரிமாறவும்.

குறிப்பு:
இந்த பிஸ்கட் ஒரு வாரம் வரை நன்றாக இருக்கும்.

14. சோள ஆலு கோப்தோ

கோப்தோ - ஜெய்ப்பூர், உதய்ப்பூரின் பிரபலமான அயிட்டம். செய்வது சுலபம். மிகவும் ருசியாக இருக்கும்.

மேல் மாவு தயாரிக்க:
சோள மாவு - 2 டேபிள் ஸ்பூன்

கடலை மாவு - 1 1/2 கப்

உப்பு - ருசிக்கேற்ப

ஓமம் - 1 டீ ஸ்பூன்

வெங்காய விதை (கலோன்ஜி) - 1/4 டீ ஸ்பூன்

சமையல் சோடா - 1/4 டீ ஸ்பூன்

ஆலு பூரணம் செய்யத் தேவையான பொருள்கள்:
ஆலு (உருளைக் கிழங்கு) வேக வைத்து, ஒன்றும் பாதியுமாக மசித்தது - 4

பொடியாக நறுக்கிய பச்சை மிளகாய் - 4

பொடியாக நறுக்கிய பச்சை கொத்தமல்லி - 1 கை

மிளகாய்ப் பொடி - 1/2 டீ ஸ்பூன்

அம்சூர் (காய்ந்த மாங்காய்ப் பொடி) - 2 டீ ஸ்பூன்

மஞ்சள் பொடி - 1/2 டீ ஸ்பூன்

உப்பு - ருசிக்கேற்ப

எண்ணெயில் தாளித்த கடுகு, சீரகம் - தலா 1/2 டீ ஸ்பூன்

பொரிக்க:
சமையல் எண்ணெய் - தேவையான அளவு

23

செய்முறை:

❖ மேல் மாவு தயாரிக்க - கொடுக்கப்பட்ட சாமான்களை பஜ்ஜி மாவு பதத்துக்கு தண்ணீர் விட்டு கரைக்கவும்.

பூரணம் செய்ய:

❖ பின் பூரணம் செய்யக் கொடுக்கப்பட்டுள்ள சாமான்களை எல்லாம் ஒன்றாகக் கலந்து, சற்று பெரிய உருண்டைகளாக உருட்டவும்.

❖ பிறகு அடுப்பில் வாணலியை வைத்து எண்ணெய் ஊற்றிக் காய்ந்ததும் உருட்டிய பூரண உருண்டைகளை, மாவில் முக்கி, சூடான எண்ணெயில் போட்டு பொன்னிறமாகப் பொரித்தெடுக்கவும்.

❖ சுடச் சுட பச்சை சட்னி வைத்துப் பரிமாறவும்.

15. சாமை, புடலங்காய் வடை

தேவையான பொருள்கள்:

பொன்னிறமாக வறுத்து, சற்று கரகரப்பாகப் பொடித்த சாமை அரிசி - 1/4 கப்

வேக வைத்து தோல் எடுத்து, கரகரப்பாக மசித்த உருளைக் கிழங்கு - 3

பொடியாக நறுக்கி ஒரு ஆவி வெந்த புடலங்காய் - 2 கப்

பொடியாக நறுக்கிய பெரிய வெங்காயம் - 2

பொடியாக நறுக்கிய பச்சை மிளகாய் - 5

பொடியாக நறுக்கிய கறிவேப்பிலை, பச்சை கொத்தமல்லி - சிறிது

உப்பு - ருசிக்கேற்ப

மஞ்சள் பொடி - 1/2 டீ ஸ்பூன்

பொட்டுக் கடலைப் பொடி - 2 டேபிள் ஸ்பூன்

சோம்பு - 1 டீ ஸ்பூன்

சமையல் எண்ணெய் - தேவையான அளவு

செய்முறை:

❖ ஒரு அகலமான தட்டில் பொடித்த சாமை அரிசி முதல் சோம்பு வரை மேற்கூறிய அனைத்துப் பொருள்களையும் போட்டுக் கலக்கவும். பின்பு கையில் சிறிது எண்ணெய் தடவிகொண்டு, உருண்டைகளாக உருட்டி, லேசாக அழுத்தவும். ஓரங்கள் விள்ளாமல், விரியாமல் பார்த்துக் கொள்ளவும்.

❖ பின் அடுப்பில் வாணலி வைத்து எண்ணெய் ஊற்றி சூடான எண்ணெயில் வடைகளைப் போட்டு பொன்னிறமாகப் பொரித்து, கறிவேப்பிலை சட்னி வைத்துப் பரிமாறவும்.

24

16. தினை சேனை கபாப்

தேவையான பொருள்கள்:

வாணலியில் பொன்னிறமாக வறுத்துப் பொடித்த தினை அரிசி - 1/4 கப்

தோல் எடுத்து, நறுக்கி, வேக வைத்து லேசாக மசித்த சேனை துண்டுகள் - 2 கப்

சற்று கரகரப்பாகப் பொடித்த பொட்டுக் கடலை - 1/4 கப்

பொன்னிறமாக வறுத்துப் பொடித்த சோம்பு - 1 டீ ஸ்பூன்

பட்டை - 1 சிறிய துண்டு

கிராம்பு - 1

ஏலக்காய் - 1

கார பொடி - 2 டீ ஸ்பூன்

உப்பு - ருசிக்கேற்ப

பொடியாக நறுக்கி, எண்ணெயில் வதக்கிய பெரிய வெங்காயம் - 2

பொடியாக நறுக்கிய பச்சை கொத்தமல்லி - சிறிது

பொரிக்க:

சமையல் எண்ணெய் - தேவையான அளவு

செய்முறை:

❖ ஒரு பெரிய அகலமான தட்டில் பொடித்த தினை அரிசி முதல் பொடியாக நறுக்கிய கொத்தமல்லி வரை மேற்கூறிய பொருள்களை எல்லாம் போட்டுப் பிசைந்து, சின்னச் சின்ன உருண்டைகளாக உருட்டி, பின் லேசாகத் தட்டி, ஒரு தட்டில் அடுக்கவும்.

❖ பின் ஒரு தோசைக் கல்லை அடுப்பில் போட்டு, மிதமான சூட்டில் தினை சேனை கபாப்பை வைத்து, இரு புறமும், சமையல் எண்ணெய் விட்டு, பொன்னிறமாகச் சுட்டு எடுக்கவும்.

❖ சூடாக தினை சேனை கபாப்பை தக்காளி சாஸ் வைத்துப் பரிமாறவும்.

17. வரகு அரிசி மசாலை சீயம்

இந்த வரகு அரிசி மாசாலை சீயம் அட்டகாசமான ஒரு காரைக்குடி ஸ்பெஷல்.

தேவையான பொருள்கள்:

வரகு அரிசி - 1 கப்

முழு உளுந்து - 1 1/4 கப்

ஜவ்வரிசி - 3 டேபிள் ஸ்பூன்

துருவிய தேங்காய் - 1/4 கப்

பொடியாக நறுக்கிய சாம்பார் வெங்காயம் - 1/2 கப்

பொடியாக நறுக்கிய பச்சை கொத்தமல்லி, கறிவேப்பிலை - சிறிது

கடுகு - 1 டீ ஸ்பூன்

உப்பு - ருசிக்கேற்ப

சமையல் எண்ணெய் - 2 டீ ஸ்பூன்

பொரிக்க:

சமையல் எண்ணெய் - தேவையான அளவு

செய்முறை:

- *வரகரிசி, உளுந்து இரண்டையும் கழுவி, ஒரு மணி நேரம் ஊற வைத்து, பின்பு தண்ணீரை வடித்து, நைசாக (வடை மாவு பதம்) மாவை அரைத்து வைக்கவும்.*
- *ஜவ்வரிசியைத் தண்ணீரில் 1/2 மணி நேரம் ஊற வைக்கவும்.*
- *பின் ஒரு வாணலியை அடுப்பில் வைத்து, 2 டீ ஸ்பூன் சமையல் எண்ணெய் விட்டு, கடுகு தாளித்து, பின் வெங்காயத்தை லேசாக வதக்கி, தேங்காய், கறிவேப்பிலை, கொத்தமல்லி போட்டு ஒரு திருப்புத் திருப்பி, அடுப்பை அணைக்கவும். ஒரு தட்டில் போட்டு ஆற வைக்கவும்.*
- *பிறகு ஒரு பாத்திரத்தில், அரைத்த மாவு, வடிகட்டிய ஜவ்வரிசி, வதக்கிய வெங்காயக் கலவை, ருசிக்கேற்ப உப்பு போட்டுக் கலந்து, சின்னச் சின்ன உருண்டைகளாக உருட்டி, சூடான எண்ணெயில் போட்டு பொன்னிறமாகப் பொரித்தெடுக்கவும்.*
- *சூடாக தக்காளி சட்னி, தேங்காய் சட்னி வைத்துப் பரிமாறவும்.*

18. கேழ்வரகு உதிரி பஜ்ஜி

தேவையான பொருள்கள்:

கேழ்வரகு மாவு - 1/4 கப்

கடலை மாவு - 1 கப்

அரிசி மாவு - 1/4 கப்

மிளகாய்ப் பொடி - 1 டீ ஸ்பூன்

இஞ்சி, பூண்டு விழுது - 1 டேபிள் ஸ்பூன்

மிளகுப் பொடி - 1 டீ ஸ்பூன்

உப்பு - ருசிக்கேற்ப

மிகப் பொடியாக நறுக்கிய வெங்காயம், காரட், பீன்ஸ், சௌ சௌ, காலி பிளவர் - 2 கப்

சமையல் சோடா - 1/2 டீ ஸ்பூன்

ஓமம் - 1 டீ ஸ்பூன்

காய்ச்சிய பால் + தண்ணீர் - மாவு கலக்க தேவையான அளவு (1/2 டம்ளர்)

பொடியாக நறுக்கிய கறிவேப்பிலை, கொத்தமல்லித் தழை - சிறிது

பொரிக்க:

சமையல் எண்ணெய் - தேவையான அளவு

செய்முறை:

- *மேற்கூறிய பொருள்கள் கேழ்வரகு மாவு முதல் கொத்தமல்லித் தழை வரை எல்லாவற்றையும் நன்றாக பஜ்ஜி மாவு பதத்திற்கு சற்று கெட்டியாகக் கலக்கவும்.*
- *பின் அடுப்பில் ஒரு வாணலி வைத்து எண்ணெய் ஊற்றிச் சூடாக்கவும்.*
- *சூடான எண்ணெயில் கலந்த மாவை உதிரியாக தெளித்தாற் போல் போட்டு, நிதானமான தீயில் பொன்னிறமாகப் பொரித்து எடுத்து தேங்காய் சட்னி வைத்துப் பரிமாறவும்.*

19. கம்பு, கறுப்பு கொண்டைக் கடலை பக்கோடா

தேவையான பொருள்கள்:

கம்பு மாவு - 1/4 கப்

கடலை மாவு - 1 கப்

அரிசி மாவு - 1/4 கப்

வேக வைத்து, கரகரப்பாக மசித்த கறுப்பு கொண்டைக் கடலை - 1 கப்

இஞ்சி விழுது - சிறிது

பச்சை மிளகாய் - 4 (விழுதாக அரைத்தது)

பச்சை கொத்தமல்லி விழுது - 2 டேபிள் ஸ்பூன்

துருவிய காரட் - 1/4 கப்

துருவிய முட்டைகோஸ் - 1/4 கப்

முந்திரி - 3 டேபிள் ஸ்பூன் (பொடியாக நறுக்கியது)

கறிவேப்பிலை - சிறிது (நறுக்கியது)

சன்னமாக, நீளமாக நறுக்கிய பெரிய வெங்காயம் - 2

நெய் - 1 டேபிள் ஸ்பூன்

சமையல் சோடா - 1/4 டீ ஸ்பூன்

சமையல் எண்ணெய் - தேவையான அளவு

செய்முறை:

- ❖ *ஒரு அகலமான பெரிய தட்டில் முதலில் நெய், சமையல் சோடா போட்டு நன்கு கையால் குழைக்கவும். பின் வெங்காயம், முந்திரி, துருவிய காரட், கோஸ், ருசிக்கேற்ப உப்பு போட்டு நன்கு கலக்கவும்.*
- ❖ *பின் அதனுடன் நறுக்கிய கறிவேப்பிலை, மசித்த கொண்டைக் கடலை, இஞ்சி, பச்சை மிளகாய், கொத்தமல்லி விழுது சேர்த்துக் கலந்து, பின் கம்பு மாவு, கடலை மாவு, அரிசி மாவு சேர்த்துக் கலந்து, தண்ணீர் தெளித்து பிசிறி, பக்கோடா மாவு பதம் பிசைந்து வைக்கவும்.*
- ❖ *பிறகு அடுப்பில் வாணலி வைத்து எண்ணெய் ஊற்றிக் காய்ந்ததும் சூடான எண்ணெயில் (கிள்ளி கிள்ளி) மாவை பக்கோடாக்களாகப் போட்டு, பொன்னிறமாக பொரித்தெடுத்து சூடாகப் பரிமாறவும்.*

20. குதிரைவாலி அரிசி மைசூர் போண்டா

தேவையான பொருள்கள்:

குதிரைவாலி அரிசி (ஒரு மணி நேரம் ஊற வைத்தது) - 1/4 கப்

முழு உளுந்து (ஒரு மணி நேரம் ஊற வைத்தது) - 2 கப்

முழு மிளகு - 1/2 டீ ஸ்பூன்

சீரகம் - 1 டீ ஸ்பூன்

மிகப் பொடியாக நறுக்கிய தேங்காய்த் துண்டுகள் - 1/2 கப்

பொடியாக நறுக்கிய கறிவேப்பிலை - 2 டேபிள் ஸ்பூன்

உப்பு - ருசிக்கேற்ப

சமையல் எண்ணெய் - தேவையான அளவு

செய்முறை:

- ❖ *முதலில் குதிரைவாலி அரிசி மற்றும் உளுந்தை வடிகட்டி, வடை மாவு பதத்துக்கு அரைத்துக்கொள்ளவும்.*
- ❖ *பின் அரைத்த மாவுடன், மேலே தேவையான பொருள்களில் கூறிய மிளகு முதல் உப்பு வரையிலான, மற்ற சாமான்களைப் போட்டுக் கலந்துகொள்ளவும்.*
- ❖ *அடுத்து கைகளில் தண்ணீர் தொட்டுக் கொண்டு, மாவை உருண்டைகளாக உருட்டிவைக்கவும்.*

- ❖ *பின் அடுப்பில் வாணலி வைத்து எண்ணெய் ஊற்றிக் காய்ந்ததும் சூடான எண்ணெயில் உருண்டைகளைப் போட்டு போண்டாவை பொன்னிறமாகப் பொரித்தெடுக்கவும்.*
- ❖ *பொரித்த குதிரைவாலி அரிசி, மைசூர் போண்டாவை சாம்பார், சட்னி வைத்து சூடாகப் பரிமாறவும்.*

21. கொள்ளு, காலி பிளவர் ரோல்ஸ்

தேவையான பொருள்கள்:

வேக வைத்து கரகரப்பாக மசித்த கொள்ளு - 2 டேபிள் ஸ்பூன்

துருவிய காலி பிளவர் - 2 கப்

வேக வைத்து, தோல் எடுத்து, துருவிய உருளைக் கிழங்கு - 1 கப்

வேக வைத்து, மசித்த பச்சைப் பட்டாணி - 1/2 கப்

பொன்னிறமாக வறுத்து கடலை மாவு - 1/4 கப்

இஞ்சி, பூண்டு விழுது - 1 டீ ஸ்பூன்

பொடியாக நறுக்கிய பச்சை மிளகாய் - 3

உப்பு - ருசிக்கேற்ப

கரம் மசாலா பொடி - 1 டீ ஸ்பூன்

பொடியாக நறுக்கிய பச்சை கொத்தமல்லி, புதினா - தலா 1 டேபிள் ஸ்பூன்

தாளிக்க:

சமையல் எண்ணெய் - 1 டேபிள் ஸ்பூன்

சீரகம் - 1 டீ ஸ்பூன்

ரோல்ஸ் சுட்டு எடுக்க:

சமையல் எண்ணெய் - தேவையான அளவு

செய்முறை:

- ❖ *ஒரு பெரிய அடிகனமான வாணலியை அடுப்பிலேற்றி எண்ணெய் ஊற்றிக் காய்ந்ததும் , சீரகம் தாளித்து, பின் துருவிய காலி பிளவரைப் போட்டு வதக்கி, நிதானமான தீயில் மூடி வைத்து 3/4 வேக்காடு வேகும் வரை வேகவிடவும்.*
- ❖ *பின் வெந்த காலி பிளவருடன் தேவையான பொருள்களில் கொடுத்துள்ள கொள்ளு முதல் பச்சை கொத்தமல்லி, புதினா வரையிலான அனைத்துப் பொருள்களையும் போட்டு, அடுப்பை சிம்மில் வைத்து வதக்கவும். ஐந்து நிமிடம் கழித்து, அடுப்பை அணைத்து ஆற விடவும்.*

- ❖ பிறகு கையில் எண்ணெய் தடவிக்கொண்டு, மாவை ரோல்களாக உருட்டி ஒரு தட்டில் அடுக்கவும்.
- ❖ அடுத்ததாக ஒரு நான் ஸ்டிக் தோசை தவாவை அடுப்பிலேற்றி, நிதானமான தீயில் ரோல்களை எண்ணெய் விட்டு பொன்னிறமாக இரு புறமும் சுட்டு எடுக்கவும்.
- ❖ சுவையான கொள்ளு, காலிபிளவர் ரோல்ஸை தக்காளி சாஸ், புதினா சட்னி வைத்துப் பரிமாறவும்.

22. சோள சில்லி கார்லிக் பேபி உருளை

தேவையான பொருள்கள்:

வெறும் வாணலியில் பொன்னிறமாக வறுத்துப் பொடித்த சோளம் - 1/4 கப்

வேக வைத்து, தோல் எடுத்து வைத்த பேபி உருளைக் கிழங்கு - 3 கப் (பொன்னிறமாகப் பொரித்து வைக்கவும்.)

மிகப் பொடியாக நறுக்கிய இஞ்சி - 2 டேபிள் ஸ்பூன்

மிகப் பொடியாக நறுக்கிய பூண்டு - 3 டேபிள் ஸ்பூன்

சோயா சாஸ் - 1 டீ ஸ்பூன்

உப்பு - ருசிக்கேற்ப

மிளகுப் பொடி - 1/2 டீ ஸ்பூன் (கரகரப்பாகப் பொடிக்கவும்)

மிகப் பொடியாக நறுக்கிய பச்சை மிளகாய் - 1 டேபிள் ஸ்பூன்

தாளிக்க:

சமையல் எண்ணெய் - 3 டேபிள் ஸ்பூன்

கிள்ளிய மிளகாய் வற்றல் - 2

பெரிய துண்டுகளாக நறுக்கிய பெரிய வெங்காயம் - 1/2 கப்

பெரிய துண்டுகளக நறுக்கிய குடை மிளகாய் - 1/4 கப்

மேலே அலங்கரிக்க:

பொடியாக நறுக்கிய வெங்காயத் தாள் - ஒரு கைப்பிடி

செய்முறை:

- ❖ முதலில் ஒரு அடிகனமான பெரிய வாணலியை அடுப்பில் வைத்து, எண்ணெய் ஊற்றிக் காய்ந்ததும் தாளிக்கக் கொடுத்தவற்றை போட்டுத் தாளித்து, குடை மிளகாய், வெங்காயம் போட்டு வதக்கவும்.
- ❖ இரண்டும் லேசாக வதங்கியதும், அடுப்பை மிதமாக வைத்து, நறுக்கிய இஞ்சி, பூண்டு, பச்சை மிளகாய் போட்டு வதக்கவும். கூடவே உப்பு, மிளகுப் பொடி போட்டு வதக்கவும்.

❖ எல்லாம் நன்கு வதங்கியதும் பின் பொரித்த உருளைக் கிழங்கு, சோளப் பொடி போட்டு ஐந்து நிமிடம் வதக்கி, சோயா சாஸ் சேர்த்து, கலந்து, இறக்கவும்.

❖ மேலாக வெங்காயத்தாள் தூவி அலங்கரித்து, சூடாக வெஜிடபிள் நூடுல்ஸ் (அல்லது) வெஜிடபிள் ஃபிரைட் ரைஸ் வைத்துப் பரிமாறவும்.

குறிப்பு:

இந்தச் சோள சில்லி கார்லிக் பேபி உருளை சூடாக அப்படியே ஒரு ஸ்டார்டர் ஆக ஸ்வீட் கார்ன் சூப்புடனும் பரிமாற வெகு ஜோராக இருக்கும்.

23. தினை காக்டெய்ல் சீஸ் பால்ஸ்

தேவையான பொருள்கள் - I:

பொன்னிறமாக வறுத்த தினை அரிசி (நைசாகப் பொடித்தது) - 1/4 கப்

துருவிய பன்னீர் - 2 கப்

வேக வைத்து, தோல் உரித்துத் துருவிய உருளைக் கிழங்கு - 1/2 கப்

ரொட்டித் துண்டுகள் - 2 ஸ்லைஸ் (தண்ணீரில் நனைத்து கையால் அழுத்தி வைக்கவும்)

பச்சை மிளகாய் (பொடியாக நறுக்கியது) - 2

மிளகுப் பொடி - 1/2 டீ ஸ்பூன்

ஓமம் - 1/2 டீ ஸ்பூன்

பொடியாக நறுக்கிய பச்சை கொத்தமல்லி - சிறிது

உப்பு - ருசிக்கேற்ப

தேவையான பொருள்கள் - II:

வெள்ளை சோள மாவு (White Corn flour) - 3 டேபிள் ஸ்பூன்

தண்ணீர் - 1/2 கப்

சீஸ் பால்ஸைப் புரட்ட:

ரொட்டித் தூள் (Bread Crumbs) - தேவையான அளவு

பொரிக்க:

சமையல் எண்ணெய் - தேவையான அளவு

செய்முறை:

❖ முதலில் தேவையான பொருள்கள் -I ல் கொடுக்கப்பட்ட பொருள்கள் அனைத்தையும் ஒரு அகலமான தட்டில் போட்டுக் கலக்கவும். நன்கு

கலந்து சின்னச் சின்ன உருண்டைகளாக உருட்டி ஒரு தட்டில் வைக்கவும்.

❖ அடுத்து தேவையான பொருள்கள்- II ல் கொடுக்கப்பட்டுள்ள வெள்ளை சோள மாவை 1/2 கப் தண்ணீரில் ன்கு கலந்து வைக்கவும். இதை Cornflour Slurry என்று ஆங்கிலத்தில் கூறுவோம்.

❖ அடுத்தபடியாக ஒரு கனமான வாணலியை அடுப்பிலேற்றி, சமையல் எண்ணெய் விட்டு சூடாக்கவும்.

❖ எண்ணெய் சூடானதும் உருட்டி வைத்திருக்கும் உருண்டைகளை வெள்ளை சோள மாவு கலவையில் முக்கி, ரொட்டித் தூளில் புரட்டி, எண்ணெயில் போட்டு பொன்னிறமாகப் பொரித்தெடுக்கவும்.

❖ சூடாக தக்காளி சாஸ் வைத்துப் பரிமாறவும்.

24. சாமை அரிசி சைனீஸ் பேல்

சைனீஸ் பேல் மிகவும் சுவையானது. இதற்குச் செய்யும் நூடுல்ஸ் மற்றும் கலக்கும் சாஸ் மாரினேட் (Sauce Marinade) இவைகளை முன்பே செய்து வைக்கலாம். நூடுல்சை செய்து ஒரு காற்றுப் புகாத டப்பாவில் வைக்கலாம். சாஸ் மாரினேடைச் செய்து 2, 3 நாட்கள் குளிர்சாதனப் பெட்டியில் வைக்கலாம்.

நூடுல்ஸ் தயாரிக்கத் தேவையான பொருள்கள்: I

சாமை அரிசி மாவு - 1/4 கப்

மைதா மாவு - 1 1/4 கப்

உப்பு - ருசிக்கேற்ப

மாவு (பூரி பதம்) பிசைய - தேவையான அளவு தண்ணீர்

சப்பாத்திகளாக மாவு இடுவதற்கு - தேவையான அளவு மைதா மாவு

சமையல் எண்ணெய் - தேவையான அளவு

சாஸ் மாரினேட் (Sauce Marinade) **செய்யத் தேவையான பொருள்கள்:** II

பொடியாக நறுக்கிய பெரிய வெங்காயம் - 1 1/2 கப்

பொடியாக நறுக்கிய பச்சை குடை மிளகாய் - 1 1/2 கப்

பொடியாக நறுக்கிய பச்சை கொத்தமல்லித்தழை - 3 டேபிள் ஸ்பூன்

காஷ்மீரி மிளகாய்ப் பொடி - 1 டேபிள் ஸ்பூன்

வெள்ளை வினிகர் - 1 டீ ஸ்பூன்

உப்பு - ருசிக்கேற்ப

சர்க்கரை - 2 டேபிள் ஸ்பூன்

மேலே அலங்கரிக்க:

பொடியாக நறுக்கிய வெங்காயத் தாள் - சிறிது

நூடுல்ஸ் செய்முறை: I

❖ நூடுல்ஸ் செய்யக் கொடுத்துள்ள சாமை அரிசி மாவு, மைதா மாவு , தேவையான உப்பு அனைத்தையும் போட்டு அளவாகத் தண்ணீர் ஊற்றி பூரி மாவு பதத்துக்கு பிசையவும்.

❖ பின் மாவை மெல்லிய சப்பாத்திகளாக இட்டு, கத்தியால் நீள நீளமான (Strips) ஆக நறுக்கவும்.

❖ அடுத்து அடுப்பில் வாணலி வைத்து எண்ணெய் ஊற்றிக் காய்ந்ததும் சூடான எண்ணெயில் நறுக்கி வைத்துள்ளதைப் போட்டு பொன்னிறமாக பொரித்து ஒரு காற்று புகாத டப்பாவில் போட்டு வைக்கவும்.

❖ அடுத்ததாக சாஸ் மார்னேட் செய்முறை.

சாஸ் மாரினேட் செய்முறை: II

❖ சாஸ் மாரினேட் செய்யக் கொடுத்துள்ள பொருள்கள் நறுக்கிய வெங்காயம் முதல், சர்க்கரை வரை எல்லாவற்றையும் ஒன்றாகக் கலந்து வைக்கவும்.

அடுத்து சைனீஸ் பேல் கலக்கும் முறை

❖ ஒரு பெரிய அகலமான பாத்திரத்தில் பொரித்து வைத்துள்ள நூடுல்ஸ், சாஸ் மாரினேட் போட்டு குலுக்கி, மேலே நறுக்கிய வெங்காயத் தாள் போட்டு மறுபடியும் லேசாகக் கலந்து உடனே பரிமாறவும்.

குறிப்பு:

சாமை சைனீஸ் பேல் கலந்த உடன், உடனே பரிமாறவும். பரிமாறும் முன்பே கலந்து வைத்தால் சதசதவென்றாகி விடும்.

25. வரகு நக்கெட் கட்லெட்

தேவையான பொருள்கள்:

பொன்னிறமாக வாணலியில் வறுத்துப் பொடித்த வரகரிசி - 1/4 கப்

சோயா சங்ஸ் - 15 (சுடுதண்ணீரில் போட்டு ஒரு கொதி விட்டு 20 நிமிடம் வைத்து, பின் தண்ணீரைப் பிழிந்து மிக்ஸியில் விப்பர் பட்டனில் ஒரு சுற்று சுற்றி எடுத்து வைக்கவும்.)

வேக வைத்து, தோல் எடுத்துத் துருவிய உருளைக் கிழங்கு - 3

பொடியாக நறுக்கிய பெரிய வெங்காயம் - 1

இஞ்சி, பூண்டு விழுது - 1 டேபிள் ஸ்பூன்

ரொட்டித் தூள் (Bread Crumbs) - 3/4 கப்

மிளகாய்ப் பொடி - 1 டீ ஸ்பூன்

பொடியாக நறுக்கிய பச்சை கொத்தமல்லித்தழை - 1 டீ ஸ்பூன்

உப்பு - ருசிக்கேற்ப

சமையல் எண்ணெய் - 1 டேபிள் ஸ்பூன்

பொரிக்க:

சமையல் எண்ணெய் - தேவையான அளவு

செய்முறை:

❖ ஒரு அகலமான, அடிகனமான வாணலியை அடுப்பிலேற்றி, மிதமான தீயில் வைக்கவும். பின் அதில் சமையல் எண்ணெய் விட்டுக் காய்ந்ததும், முதலில் வெங்காயத்தை லேசாக வதக்கி, பின் மற்ற பொருள்கள் அனைத்தையும் போட்டு வதக்கவும்.

❖ ஐந்து நிமிடம் வதக்கிய பிறகு அடுப்பிலிருந்து இறக்கி, ஆற விட்டு, கைகளில் எண்ணெய் தடவி, உருண்டைகளாக உருட்டி, வட்டமான, மொத்தமான கட்லெட்டாக தட்டி வைக்கவும்.

❖ பின் மீண்டும் அடுப்பில் தோசைக்கல்லை வைத்து சூடான எண்ணெயில் கட்லெட்டை பொன்னிறமாகப் பொரித்து, தக்காளி சாஸ், பச்சை சட்னி வைத்துப் பரிமாறவும்.

26. கேழ்வரகு வெந்தய கீரை முட்டியா

இந்த வெந்தயக் கீரை முட்டியா அல்லது மத்தியா - ஒரு குஜராத்தி ஸ்நாக். மிகவும் ஆரோக்கியமானது.

தேவையான பொருள்கள்:

ராகி மாவு (கேழ்வரகு மாவு) - 3/4 கப்

கோதுமை மாவு - 3/4 கப்

கடலைமாவு - 1/4 கப்

சுத்தம் செய்து, பொடியாக நறுக்கிய வெந்தயக் கீரை - 3/4 கப்

சுத்தம் செய்து பொடியாக நறுக்கிய பசலைக் கீரை (பாலக் கீரை) - 3/4 கப்

பூண்டு, பச்சை மிளகாய், இஞ்சி விழுது - 3 டீ ஸ்பூன்

வெள்ளை எள் - 1 டீ ஸ்பூன்

தயிர் - 1/4 கப்(நன்கு கடையவும்)

சர்க்கரை - 3 டீ ஸ்பூன்

மஞ்சள் பொடி - 1/2 டீ ஸ்பூன்

உப்பு - ருசிக்கேற்ப

சமையல் சோடா - 2 சிட்டிகை

தாளிக்க:

சமையல் எண்ணெய் - 4 டீ ஸ்பூன்

கடுகு - 1 டீ ஸ்பூன்

வெள்ளை எள் - 1 டீ ஸ்பூன்

பெருங்காயப் பொடி - 2 சிட்டிகை

மேலே அலங்கரிக்க:

பொடியாக நறுக்கிய பச்சை கொத்தமல்லி - சிறிது

செய்முறை:

- ❖ முதலில் தேவையான பொருள்களில் கொடுத்துள்ள அனைத்துப் பொருள்களையும் ஒரு பெரிய தட்டில் போட்டு நன்றாகக் கலக்கவும். சப்பாத்தி மாவு பதத்துக்கு பிசைந்து சின்னச் சின்ன ரோல்களாக நீளமாக உருட்டவும்.
- ❖ உருட்டிய ரோல்களை, ஆவியில் பத்து நிமிடம் வேக வைத்து, எடுத்து ஆற வைக்கவும். பின், சற்று மொத்தமான வில்லைகளாக நறுக்கி வைக்கவும்.
- ❖ பின்பு, ஒரு அகலமான வாணலியை அடுப்பிலேற்றி, தாளிக்கக் கொடுத்துள்ள கடுகு, வெள்ளை எள், பெருங்காயப் பொடி போட்டுத் தாளித்து, அடுப்பை சிம்மில் வைத்து, நறுக்கிய வில்லைகளைப் போட்டு லேசாக வதக்கி, அடுப்பை அணைத்து, மல்லி இதழைத் தூவி பரிமாறவும்.
- ❖ இதற்குத் தொட்டுக் கொள்ள பச்சை சட்னி, இனிப்பு சட்னி மிக மிக அசத்தல்.

குறிப்பு:

இறுதியில் அலங்கரிக்க, நறுக்கிய பச்சை கொத்தமல்லியுடன் சிறிது ஃப்ரெஷ்ஷாக துருவிய தேங்காயையும் சேர்க்கலாம்.

27. தினை மசாலா சோளம்

இந்தத் தினை மசாலா சோளம் மிக அருமையான ருசியுடன் இருக்கும். இதனை (Cracker Biscuit) க்ரீம் க்ராக்கர் பிஸ்கட்டின் மேல் Toping ஆக வைத்துப் பரிமாறலாம்.

தேவையான பொருள்கள்:

வெறும் வாணலியில் பொன்னிறமாக வறுத்துப் பொடித்த தினை மாவு - 3 டேபிள் ஸ்பூன்

வேக வைத்த சோள (மக்காச் சோளம்) முத்துக்கள் - 1 கப்

வெண்ணெய் - லீ கப்

பொடியாக நறுக்கிய பெரிய வெங்காயம் - 1/2 கப்

பொடியாக நறுக்கிய பச்சை குடைமிளகாய் - 1/2 கப்

பொடியாக நறுக்கிய பச்சை மிளகாய் - 1 1/2 டீ ஸ்பூன்

தக்காளி கெட்சப் - 1 டேபிள் ஸ்பூன்

உப்பு - ருசிக்கேற்ப

பிஸ்கட் டாப்பிங் செய்ய தேவையான பொருள்கள்:

க்ரீம் க்ராக்கர் பிஸ்கட் (Cream Cracker Biscuit) - 15 பிஸ்கட்

சில்லி ஃபிளேக்ஸ் (Red Chilli Flakes) - தேவையான அளவு துருவிய சீஸ் - தேவையான அளவு

செய்முறை:

- ஒரு அகலமான அடி கனமான வாணலியை அடுப்பிலேற்றி, மிதமான தீயில் முதலில் வெண்ணெயைப் போட்டு, பிறகு வெங்காயம், குடை மிளகாய், பச்சை மிளகாய் போட்டு, மூன்று நிமிடம் வதக்கவும்.
- பின் உப்பு, தினை மாவு, தக்காளி சாஸ் போட்டுக் கலந்து அடுப்பை அணைக்கவும்.
- அடுத்ததாக ஒரு அகலமான தட்டில் க்ராக்கர் பிஸ்கட்களை தனித்தனியாக வைத்து ஒவ்வொரு பிஸ்கட் மீதும், தினை மசாலா சோளம் டாப்பிங் வைத்து அதன் மேல் சில்லி ஃபிளேக்ஸ், துருவிய சீஸ் தூவி பரிமாறவும்.

குறிப்பு:

சூடான சூப்புடன் பரிமாறினால் சூப்பராக இருக்கும்.

28. சாமை கிரிஸ்பி பிண்டி

இது ஒரு ஜெய்ப்பூர் ஸ்பெஷல் டிஷ்

தேவையான பொருள்கள்:

வாணலியில் பொன்னிறமாக வறுத்து அரைத்த சாமை அரிசி மாவு - 1/2 கப்

கடலை மாவு - 1 கப்

சற்று சன்னமாக நீளமாக நறுக்கிய வெண்டைக்காய் - 4 கப்

உப்பு - ருசிக்கேற்ப

மஞ்சள் பொடி - 1/2 டீ ஸ்பூன்

மிளகாய்ப் பொடி - 1 டீ ஸ்பூன்

சாட் மசாலா - 1 டீ ஸ்பூன்

எலுமிச்சை சாறு - 2 டீ ஸ்பூன்

பொரிக்க:

சமையல் எண்ணெய் - தேவையான அளவு

மேலே தூவ:

சாட் மசாலா - சிறிது

கறுப்பு உப்பு (காலா நமக்) - சிறிது

செய்முறை:

- ❖ *ஒரு அகலமான தட்டில் தேவையான பொருள்கள் லிஸ்டில் கொடுத்துள்ள அனைத்துப் பொருள்களையும் போட்டுக் கலந்து கொள்ளவும்.*
- ❖ *பின் அடுப்பில் வாணலி வைத்து எண்ணெய் ஊற்றிக் காய்ந்ததும், சூடான எண்ணெயில் கலந்து வைத்துள்ள மாவை கொஞ்சம் கொஞ்சமாக எடுத்து பிசிறின மாதிரி தூவி, பொன்னிறமாகப் பொரித்து, சாட் மசாலா, கறுப்பு உப்பு தூவி பரிமாறவும்.*

29. தினை ஃப்ரூட் முர்முரா

தேவையான பொருள்கள்:

வெறும் வாணலியில் பொன்னிறமாக வறுத்துப் பொடித்த தினை மாவு - 1/4 கப்

மிகப் பொடியாக நறுக்கிய ஆப்பிள், சப்போட்டா, அன்னாசி பழம் - 1 கப்

பால் பவுடர் - 1/4 கப்

பொடியாக நறுக்கிய பச்சை மிளகாய் - 2

மிளகு, சீரகப் பொடி - 1 டீ ஸ்பூன்

அரிசிப் பொரி (கரகரப்பாகப் பொடித்தது) - 1 கப்

பொடியாக நறுக்கிய பச்சை கொத்தமல்லி - சிறிது

துருவிய இஞ்சி - 1 டேபிள் ஸ்பூன்

கறுப்பு உப்பு (காலா நமக்) - 1 டீ ஸ்பூன்

கரகரப்பாகப் பொடித்த முந்திரி, பாதாம் பொடி - 2 டேபிள் ஸ்பூன்

கடைந்த தயிர் - 2 டேபிள் ஸ்பூன்

உப்பு - ருசிக்கேற்ப

சமையல் எண்ணெய் - தேவையான அளவு

செய்முறை:

❖ மேலே கூறிய தேவையான பொருள்கள் அனைத்தையும் ஒரு பெரிய தட்டில் போட்டு, கலந்து, மாவு சற்று கெட்டியாக இருந்தால், லேசாக தண்ணீர் தெளித்து, பிசைந்துகொள்ளவும்.

❖ பின் அந்த மாவை சின்னச் சின்ன வடைகளாகத் தட்டி வைக்கவும்.

❖ அடுத்து, ஒரு நான் ஸ்டிக் கல்லை அடுப்பிலேற்றி, சூடாக்கி, தட்டிய வடைகளை, இரு புறமும் எண்ணெய் விட்டு, பொன்னிறமாகச் சுட்டு எடுக்கவும்.

❖ சூடாகப் பச்சை சட்னி, இனிப்புச் சட்னியுடன் வைத்துப் பரிமாறவும்.

❖ இந்த ஃப்ரூட் முர்முரா மிகவும் க்ரன்ச்சியாக, வாயில் போட்டாலே கரையும்.

30. சாமை அரிசி தப்பள சக்கா

தப்பள சக்கா ஒரு ஆந்திர வகை டிபன். இதை செய்யும்போது மிகக் கவனமாகச் செய்யவும். கைகள் சுட்டுக் கொள்ளாமல் பார்த்துக் கொள்ளவும்.

தேவையான பொருள்கள்:

ஊற வைத்த பாசிப் பருப்பு - 3 டேபிள் ஸ்பூன்

பதப்படுத்தப்பட்ட சாமை அரிசி மாவு - 2 1/4 கப்

பொடியாக நறுக்கிய பச்சை மிளகாய் - 10

வெள்ளை எள் - 1 டேபிள் ஸ்பூன்

சீரகம் - 1 டேபிள் ஸ்பூன்

ஓமம் - 1/4 டீ ஸ்பூன்

வெண்ணெய் - 3 டேபிள் ஸ்பூன்

உப்பு - ருசிக்கேற்ப

தப்பள சக்கா சுட்டு எடுக்க

சமையல் எண்ணெய் - தேவையான அளவு

செய்முறை:

❖ மேற்கூறிய தேவையான பொருள்களை ஒரு பெரிய தட்டில் போட்டு நன்கு கையால் கலக்கவும். பின் தண்ணீர் தெளித்து, பூரி மாவு பதத்துக்கு பிசையவும். ஒரு பத்து நிமிடம் மாவை வைக்கவும்.

38

- ❖ பின் ஒரு அகலமான, அடிகனமான வாணலியை அடுப்பிலேற்றி, (ஒரு நான் ஸ்டிக் வாணலி மிகவும் ஏற்றது), மிதமான சூட்டில் மொத்த பிசைந்த மாவையும் வாணலியில் வைத்து, ஜாக்கிரதையாக சற்றுக் கனமாகத் தட்டவும்.
- ❖ பின் நடுவில் துளைகள் போடவும். துளைகளின் நடுவில் எண்ணெய் விடவும். மாவு பொன்னிறமாக வெந்து வந்ததும், அடுப்பை அணைத்து, மெதுவாக ஒரு தட்டிற்கு மாற்றவும். நறுக்கி பரிமாறவும். ஊறுகாய், சட்னி இதற்கான சைட் டிஷ்.

குறிப்பு:

1. நான் ஸ்டிக் வாணலி, மிகவும் சூடாகாமல் மிதமாக இருந்தால், மாவு தட்டும் பொழுது சுலபமாக இருக்கும். மாவு தட்டி, துளைகள் போட்டு பின் அடுப்பை நிதானமாக எரிய விட்டு, எண்ணெய் விட்டு வேக வைக்கவும்.

2. டூர் செல்லும் பொழுது, எடுத்துச் செல்ல ஏற்ற ஒரு டிஷ்.

3. கைகள் சுட்டுக் கொள்ளாமல் பார்த்து, ஜாக்கிரதையாகச் செய்யவும்.

4. பதப்படுத்தப்பட்ட சாமை மாவு - சாமை அரிசியை கழுவி, நிழல் உலாத்தாக உலர்த்தி, பின் மாவை நைசாக பொடிக்கவும்.

31. வரகு, சேமியா, வெஜ் டிக்கியா

இந்த வரகு சேமியா வெஜ் டிக்கியா சமைக்க மிகவும் எளிதானது. சுவையோ பிரமாதமாக இருக்கும்.

தேவையான பொருள்கள்:

வெறும் வாணலியில் பொன்னிறமாக வறுத்துப் பொடித்த வரகரிசி மாவு - 1/4 கப்

வேக வைத்த சேமியா - 2 கப்

பொடியாக நறுக்கி வேக வைத்த கலவை காய்கறிகள் (காரட், பீன்ஸ், உருளைக் கிழங்கு, காலி பிளவர், கோஸ்) லேசாக மசித்தது - 1 கப்

வேக வைத்து லேசாக மசித்த பச்சை பட்டாணி - 1/2 கப்

பொடியாக நறுக்கிய பெரிய வெங்காயம் - 1 கப்

பொடியாக நறுக்கிய பச்சை மிளகாய் - 2 டீ ஸ்பூன்

துருவிய இஞ்சி - 1 டேபிள் ஸ்பூன்

வறுத்த கடலை மாவு - 1/2 கப்

பொடியாக நறுக்கிய பச்சை கொத்தமல்லி - சிறிது

உப்பு - ருசிக்கேற்ப

சமையல் எண்ணெய் - தேவையான அளவு (பொரிக்க)

தாளிக்க:

சமையல் எண்ணெய் - 1 டீ ஸ்பூன்

சீரகம் - 1 டீ ஸ்பூன்

செய்முறை:

❖ முதலில் ஒரு அகலமான அடிகனமான வாணலியை அடுப்பிலேற்றி, எண்ணெய் ஊற்றவும்.

❖ எண்ணெய் காய்ந்ததும் சீரகம் தாளித்து வெங்காயம், பச்சை மிளகாயைப் போட்டு வதக்கவும். பின் அதனுடன் உப்பு மற்ற தேவையான பொருள்களில் உள்ள மற்ற அனைத்துப் பொருள்களையும் சேர்த்து, நன்கு கலந்து, அடுப்பை அணைத்து, ஆற வைக்கவ்உம்.

❖ ஆறியதும், அதை உருண்டையாக உருட்டித் தட்டி, ஒரு நான்-ஸ்டிக் தோசை தவாவை அடுப்பிலேற்றி, தட்டிய வரகு சேமியா வெஜ் டிக்கியாவை வைத்து, எண்ணெய் விட்டு, இரு புறமும் பொன்னிறமாக சுட்டு எடுக்கவும்.

❖ சுட்டெடுத்த டிக்கியாவை சூடாக புதினா சட்னி, சாஸ் வைத்து பரிமாறவும்.

32. கொள்ளு, பறங்கிக் காய் வடா

தேவையான பொருள்கள்:

வேக வைத்து மசித்த கொள்ளு - 2 டேபிள் ஸ்பூன்

துருவிய பறங்கிக்காய் - 1 கப்

இஞ்சி, பூண்டு விழுது - 1 டீ ஸ்பூன்

துருவிய பன்னீர் - 1 கப்

பொடியாக நறுக்கிய பச்சை மிளகாய் - 6

பொடியாக நறுக்கிய பச்சை கொத்தமல்லி - 1 கை அளவு

உப்பு - ருசிக்கேற்ப

கரகரப்பாக பொடித்த மிளகுப் பொடி - 1 டீ ஸ்பூன்

கடலை மாவு - 2 கப்

சமையல் எண்ணெய் - 1 டேபிள் ஸ்பூன்

சன்னமாக கரைத்த மோர் - 1 கப்

வடாவை சுட்டு எடுக்க

சமையல் எண்ணெய் - தேவையான அளவு

40

செய்முறை:

- ❖ முதலில் ஒரு அகலமான நான் ஸ்டிக் வாணலியை அடுப்பிலேற்றி, சமையல் எண்ணெய் விட்டுக் காய்ந்ததும், துருவிய பறங்கிக் காயைப் போட்டு நிதானமான தீயில் மூன்று நிமிடம் வதக்கவும்.
- ❖ பிறகு தேவையான பொருள்களில் கொடுத்துள்ள எல்லாப் பொருள்களையும் ஒன்றன் பின் ஒன்றாகச் சேர்த்து, மோர் விட்டு ஒரு கெட்டியான மாவாகக் கரைத்து, சுருளக் கிளறி, ஒரு எண்ணெய் தடவிய விளிம்புள்ள சதுரமான தட்டில் கொட்டி ஆற வைக்கவும்.
- ❖ ஆறியதும் வில்லைகளைப் போட்டு, சூடான நான் ஸ்டிக் தோசை தவாவில் இரு புறமும் எண்ணெய் விட்டு, பொன்னிறமாகச் சுட்டு எடுக்கவும்.
- ❖ சுடச் சுட கொள்ளு, பறங்கிக் காய் வடாவை பச்சை சட்னி, இனிப்பு சட்னி, தக்காளி சட்னி வைத்துப் பரிமாறவும்.

33. குதிரைவாலி மிர்ச்சி ரோல்ஸ்

தேவையான பொருள்கள்:

வேக வைத்து, சற்று மசித்த குதிரைவாலி அரிசி சாதம் - 1/4 கப்

லேசாக வறுத்த கடலை மாவு - 2 கப்

உப்பு - ருசிக்கேற்ப

பொடியாக நறுக்கிய பஜ்ஜி மிளகாய் - 1 கப்

வேக வைத்து மசித்த உருளைக் கிழங்கு (தோல் எடுக்கவும்) - 1/2 கப்

சீரகம் - 2 டீ ஸ்பூன்

மஞ்சள் பொடி - 1/2 டீ ஸ்பூன்

காஷ்மீரி மிளகாய்ப் பொடி - 1/2 டீ ஸ்பூன்

பொடியாக நறுக்கிய பச்சை கொத்தமல்லி - சிறிது

ஓமம் - 1/2 டீ ஸ்பூன்

துருவிய சீஸ் - 1/4 கப்

ரோல்ஸ் சுட்டு எடுக்க

சமையல் எண்ணெய் - தேவையான அளவு

செய்முறை:

- ❖ முதலில் ஒரு அகலமான தட்டில் மேற்கூறிய தேவையான பொருள்களில் கொடுக்கப்பட்டுள்ள அனைத்துப் பொருள்களையும் போட்டு நன்கு கலந்து, சற்று தண்ணீர் தெளித்துப் பிசையவும்.

- பின்னர் கையில் எண்ணெய் தடவிக் கொண்டு, நீளமான சன்னமான ரோல்களாக உருட்டி, சூடான நான் ஸ்டிக் தவாவில் போட்டு, இரு புறமும் எண்ணெய் விட்டு, பொன்னிறமாக சுட்டெடுக்கவும்.
- சூடான குதிரைவாலி மிர்சி ரோல்ஸை தக்காளி சாஸ், புதினா சட்னி வைத்துப் பரிமாறவும்.

34. சாமை, தினை , பச்சை சுண்டைக்காய் கட்லெட்

பச்சை சுண்டைக்காயில் இரும்புச் சத்து மிகவும் அதிகம். கட்லெட்டும் வித்தியாசமான சுவையில் ஜோராக இருக்கும்.

தேவையான பொருள்கள்:

வெறும் வாணலியில் பொன்னிறமாக வறுத்துப் பொடித்த தினை மாவு - 1 டேபிள் ஸ்பூன்

வேக வைத்து சிறிது மசித்த சாமை அரிசி சாதம் - 1 கப்

ஒன்றும் பாதியுமாகத் தட்டிய பச்சை சுண்டைக்காய் - 1 கை அளவு

பொடியாக நறுக்கிய சாம்பார் வெங்காயம் - 2 கை அளவு

பொடியாக நறுக்கிய பச்சை மிளகாய் - 3

பொடியாக நறுக்கிய பச்சை கொத்தமல்லி - 1 கை

பொடித்த பட்டை, கிராம்பு, ஏலம் - தலா 1

பொடித்த சோம்பு - 1 டீ ஸ்பூன்

பொடித்த பொட்டுக் கடலை மாவு - 1/2 கப்

உப்பு - ருசிக்கேற்ப

இஞ்சி, பூண்டு விழுது - 1 டீ ஸ்பூன்

கட்லெட் சுட்டு எடுக்க

சமையல் எண்ணெய் - தேவையான அளவு

செய்முறை:

- ஒரு அகலமான தட்டில் தேவையான பொருள்கள் லிஸ்டில் கொடுக்கப்பட்ட அனைத்துப் பொருள்களையும் போட்டு, நன்கு கலந்து நிதானமான உருண்டைகளாக உருட்டவும்.
- பின் அந்த உருண்டைகளை, சற்று தடிமனாகத் தட்டி, சூடான நான்-ஸ்டிக் தோசை தவாவில் இரு புறமும் எண்ணெய் விட்டு, பொன்னிறமாக சுட்டு எடுக்கவும்.
- சுடச் சுட, தக்காளி சாஸ் வைத்துப் பரிமாறவும்.

35. வரகு நவதான்ய சுண்டல்

தேவையான பொருள்கள்: சுண்டல் பொடி செய்ய

வரகரிசி - 2 டேபிள் ஸ்பூன்

தனியா - 2 டேபிள் ஸ்பூன்

கடலைப் பருப்பு - 1 டேபிள் ஸ்பூன்

மிளகாய் வற்றல் - 4

பெருங்காயம் - 1 சின்னத் துண்டு

சுண்டல் செய்ய:

நவதானியங்கள் - 3 கப்

(மொச்சை, பச்சைப் பட்டாணி, வெள்ளைப் பட்டாணி, கறுப்பு கொண்டைக் கடலை, வெள்ளை கொண்டைக் கடலை, ராஜ்மா, சோயா, கறுப்பு உளுந்து தோலுடன், கொள்ளு)

உப்பு - ருசிக்கேற்ப

தாளிக்க:

நல்லெண்ணெய் - 2 டேபிள் ஸ்பூன்

கடுகு - 1 டீ ஸ்பூன்

கிள்ளிய மிளகாய் வற்றல் - 1

துருவிய தேங்காய் - 1/2 கப்

பொடியாக நறுக்கிய பச்சை கொத்தமல்லி - சிறிது

செய்முறை:

❖ நவதானியங்களை இரவே எட்டு மணி நேரம் ஊற வைத்து, நன்கு தண்ணீர் மாற்றி, நான்கு முறை அலசி, பின் பிரஷர் குக்கரில் தோல் மெத்தென்று வேகும் வரை வேக வைத்து எடுக்கவும்.

❖ முதலில் பொடி செய்ய கொடுத்த பொருள்களை வெறும் வாணலியில் பொன்னிறமாக வறுத்துப் பொடிக்கவும்.

❖ அடிகனமான வாணலியை அடுப்பிலேற்றி, எண்ணெய் ஊற்றவும்.

❖ எண்ணெய் சூடானதும் தாளிக்கக் கொடுத்த பொருள்களைப் போட்டுத் தாளித்து, அடுப்பை மிதமாக எரிய விடவும்.

❖ பின் வேக வைத்த நவதானிய கடலை வகைகள், உப்பு, சுண்டல் பொடியைப் போட்டு, இரண்டு நிமிடம் கிளறி, இறக்கிப் பரிமாறவும்.

36. வரகசிரி பீர்க்கங்காய் உருண்டை

தேவையான பொருள்கள்:

வெறும் வாணலியில் பொன்னிறமாக வறுத்துப் பொடித்த வரகரிசி - 1/4 கப்

பொன்னிறமாக வறுத்த கடலை மாவு - 1 கப்

மிகப் பொடியாக, தோல் எடுத்து நறுக்கிய பீர்க்கங்காய் - 2 கப்

தோல் எடுத்து வேக வைத்து துருவிய உருளைக் கிழங்கு - 1 கப்

சமையல் சோடா - 1/4 டீ ஸ்பூன்

உப்பு - ருசிக்கேற்ப

நைசாக அரைக்க

பெரிய வெங்காயம் - 1

இஞ்சி - 1 சிறிய துண்டு

பூண்டு - 3 பல்

பொட்டுக் கடலை - 1 டேபிள் ஸ்பூன்

கிராம்பு - 2

கறிவேப்பிலை - சிறிது

பொடியாக நறுக்கிய பச்சை கொத்தமல்லி - சிறிது

பொரிக்க:

சமையல் எண்ணெய் - தேவையான அளவு

செய்முறை:

❖ ஒரு அகலமான தட்டில் தேவையான பொருள்கள் அனைத்தும் போட்டு நன்கு கலக்கவும்.

❖ பின் அந்த கலவையுடன் அரைத்த விழுதைப் போட்டுக் கலந்து, தேவைப்பட்டால் சிறிது தண்ணீர் தெளித்து நன்கு பிசைந்து சற்றுப் பெரிய உருண்டைகளாக உருட்டி வைக்கவும்.

❖ அடுத்து அடுப்பில் வாணலி வைத்து எண்ணெய் ஊற்றிக் காய்ந்ததும், சூடான எண்ணெயில் உருண்டைகளைப் போட்டு பொன்னிறமாகப் பொரித்து, தக்காளி சட்னி உடன் பரிமாறவும்.

குறிப்பு:

இந்த வரகரிசியுடன், பீர்க்கங்காய் ஒரு நல்ல காம்பினேஷன். வெரி, வெரி டேஸ்டியும்கூட.

37. சாமை மஸ்த் தால் பாரே

மஸ்த் என்று சொன்னால் 'பலே! பலே! மிகவும் நன்றாக இருக்கிறது!' என்று பொருள். இந்த 'சாமை மஸ்த் தால் பாரே' ஸ்நாக்கும் அற்புதமான ருசியுடன் கூடிய ஒரு மராட்டிய வகை ஸ்டார்டர்.

தேவையான பொருள்கள்:

சாமை அரிசி - 1/4 கப் (ஒரு மணி நேரம் ஊற வைக்கவும்)

பாசி பருப்பு - 1 கப் (2 மணி நேரம் ஊற வைக்கவும்)

இஞ்சி, பச்சை மிளகாய் விழுது - 2 டேபிள் ஸ்பூன்

மஞ்சள் பொடி - சிறிது

சீரகம் - 2 டீ ஸ்பூன்

மிளகு - 1/4 டீ ஸ்பூன்

பொடியாக நறுக்கிய பச்சை கொத்தமல்லி - 2 டேபிள் ஸ்பூன்

சமையல் எண்ணெய் - 1 டேபிள் ஸ்பூன்

உப்பு - ருசிக்கேற்ப

சமையல் எண்ணெய் - தேவையான அளவு

செய்முறை:

- *சாமை அரிசி, பாசி பருப்பு - இரண்டும் ஊறிய பிறகு தண்ணீர் வடித்து, மைய்ய அரைக்கவும். இந்தக் கலவையுடன் உப்பு, மஞ்சள் பொடி, இஞ்சி, பச்சை மிளகாய் விழுது, மிளகு, சீரகம் சேர்த்து ஒரு ஐந்து நிமிடம் நன்கு மாவை மேலும், கீழுமாகக் கலக்கவும்.*
- *அடுத்து ஒரு வாயகன்ற வாணலியை அடுப்பிலேற்றி, ஒரு டேபிள் ஸ்பூன் சமையல் எண்ணெய் ஊற்றிக் காய்ந்ததும் , அரைத்த கலவையைப் போட்டு, மிக நிதானமான தீயில் வதக்கவும். மாவு சுருண்டு வரும் பொழுது, வாணலியின் ஓரங்களில் ஒட்டாமல் வரும்பொழுது அடுப்பிலிருந்து இறக்கி, கொத்தமல்லித் தழை கலந்து, ஒரு சதுரமான தட்டில் எண்ணெய் தடவி, மாவை அதில் விட்டுத் தட்டவும். ஒரு மூன்று மணி நேரம் மாவை அப்படியே வைத்து, பின் ஆறியதும் விரல் நீள துண்டுகளாக நறுக்கவும்.*
- *பின் ஒரு வாணலியை அடுப்பிலேற்றி, சமையல் எண்ணெய் விட்டுக் காய வைத்து, நறுக்கிய துண்டுகளைப் இரண்டு/மூன்று துண்டுகளாகப் போட்டு, பொன்னிறமாகப் பொரித்து, பச்சை சட்னி வைத்துப் பரிமாறவும்.*

குறிப்பு:

வாணலியில் எண்ணெய் பொரிக்க வைக்கும் பொழுது வாணலியில் 1/4 பாகம் எண்ணெய் விட்டாலே போதுமானது. சிறிது, சிறிதாகப் பொரித்து எடுக்கவும்.

38. தினை அரிசி சீஸ் பக்கோடா

தேவையான பொருள்கள்:

வாணலியில் பொன்னிறமாக வறுத்துப் பொடித்த தினை அரிசி - 1/4 கப்

மைதா மாவு - 3 கப்

கடலை மாவு - 1/2 கப்

துருவிய ப்ராசஸ்டு சீஸ் (Processed Cheese) - 1 1/2 கப்

லேசாக புளித்த கெட்டியான, கடைந்த தயிர் - 1/2 கப்

இஞ்சி (பொடியாக நறுக்கியது) - 1 டேபிள் ஸ்பூன்

பச்சை மிளகாய் (பொடியாக நறுக்கியது) - 1 டேபிள் ஸ்பூன்

பொடியாக நறுக்கிய பச்சை கொத்தமல்லி - 2 டேபிள் ஸ்பூன்

உப்பு - ருசிக்கேற்ப

சமையல் சோடா - 1/4 டீ ஸ்பூன்

சமையல் எண்ணெய் - தேவையான அளவு

செய்முறை:

- ஒரு அகலமான தட்டில் மேற்கூறிய தேவையான பொருள்களில் கொடுக்கப்பட்டுள்ள எல்லாப் பொருள்களையும் ஒன்றாகப் போட்டு நன்கு கலக்கவும். பின்பு மாவு கெட்டியாக இருந்தால், சிறிது தண்ணீர் தெளித்து பக்கோடா மாவு பதத்துக்கு மாவு பிசையவும்.
- பின்னர், ஒரு கனமான வாணலியை அடுப்பிலேற்றி, சமையல் எண்ணெயைக் காய வைத்து, சின்னச் சின்ன உருண்டைகளாக உருட்டி, சூடான எண்ணெயில் பொன்னிறமாகப் பொரித்து, பரிமாறவும். இந்த பக்கோடாவிற்குத் தொட்டுக் கொள்ள புதினா, தக்காளி சட்னி ஏற்றது.

39. சாமை புளி அவல் உப்புமா

தேவையான பொருள்கள்: - மேல் பொடி செய்ய

சாமை அரிசி - 3 டேபிள் ஸ்பூன்

தனியா - 2 டேபிள் ஸ்பூன்

கடலைப் பருப்பு - 1 டேபிள் ஸ்பூன்

வர மிளகாய் - 4

பெருங்காயம் - 2 (சின்னத்துண்டு)

இவற்றை வெறும் வாணலியில் பொன்னிறமாக வறுத்துப் பொடிக்கவும்.

அவல் உப்புமா செய்ய தேவையான பொருள்கள்:

சிகப்பு கெட்டி அவல் - 3 கப்

உப்பு - ருசிக்கேற்ப

மஞ்சள் பொடி - 1/2 டீ ஸ்பூன்

நீர்க்கக் கரைத்த புளி கரைசல் - அவல் முங்கும் அளவு

வெல்லம் - 1 சிறிய துண்டு

தாளிக்க:

சமையல் எண்ணெய் - 2 டேபிள் ஸ்பூன்

நல்லெண்ணெய் - 1 டேபிள் ஸ்பூன்

கடுகு - 1 டீ ஸ்பூன்

உளுத்தம் பருப்பு - 1 டேபிள் ஸ்பூன்

கிள்ளிய மிளகாய் வற்றல் - 2

பொடியாக நறுக்கிய பச்சை மிளகாய் - 2

துருவிய தேங்காய் - 1/2 கப்

பொடியாக நறுக்கிய கறிவேப்பிலை - சிறிது

செய்முறை:

- முதலில் அவலைக் கழுவி, தண்ணீர் வடிகட்டவும்.
- பின்பு புளி கரைசலைக் கொதிக்க வைத்து, அதில் அவல், மஞ்சள் பொடி போட்டுக் கலந்து, மூடி ஒரு மணி நேரம் வைக்கவும்.
- அடுத்து ஒரு அகலமான, அடி கனமான வாணலியை அடுப்பிலேற்றி, எண்ணெய் விட்டுக் காய்ந்ததும் தாளிக்கக் கொடுத்துள்ள பொருள்களைப் போட்டுத் தாளித்து, பின்பு ஊற வைத்த அவலை (கையால் லேசாகப் பிசையவும்) சேர்த்து, அடுப்பை சிம்மில் வைத்துக் கிளறவும்.
- ஒரு மூடி போட்டு ஐந்து நிமிடம் வைக்கவும். பின் அரைத்து வைத்துள்ள மேல் பொடியைத் தூவி, ருசிக்கேற்ப உப்பு, வெல்லம் போட்டு மூடி, ஐந்து நிமிடம் வைத்துக் கிளறி, சூடாகப் பரிமாறவும்.

40. சோளம் இம்லி ஆலு

இம்லி என்றால் புளி. ஆலு என்றால் உருளைக் கிழங்கு.

தேவையான பொருள்கள்:

சோளம் - 1/4 கப் (வாணலியில் பொன்னிறமாக வறுத்துப் பொடிக்கவும்)

கெட்டியாக கரைத்த புளி கரைசல் - 1/2 கப்

பெரிய உருளைக் கிழங்கு - 6 (வேக வைத்து, தோல் உரித்து, சற்றுப் பெரிய துண்டுகளாக நறுக்கவும்)

சர்க்கரை - 1/2 டீ ஸ்பூன்

தனியா பொடி - 3 டீ ஸ்பூன்

காரப் பொடி - 1 டீ ஸ்பூன்

கரம் மசாலா பொடி - 1/2 டீ ஸ்பூன்

சாட் மசாலா பொடி - 1/2 டீ ஸ்பூன்

உப்பு - ருசிக்கேற்ப

தாளிக்க:

சமையல் எண்ணெய் - 3 டேபிள் ஸ்பூன்

வெந்தயம் - 2 சிட்டிகை

சோம்பு - 1/2 டீ ஸ்பூன்

சீரகம் - 1 டீ ஸ்பூன்

பெருங்காயப் பொடி - 1/4 டீ ஸ்பூன்

கிள்ளிய மிளகாய் வற்றல் - 4

மேலே அலங்கரிக்க:

பொடியாக நறுக்கிய பச்சை கொத்தமல்லி, புதினா - சிறிது

செய்முறை:

❖ கொஞ்சம் அகலமான ஒரு நான் ஸ்டிக் வாணலியை அடுப்பிலேற்றி, சமையல் எண்ணெய் விடவும். எண்ணெய் சூடானதும் தாளிக்கக் கொடுத்தவற்றைத் தாளித்து, பின் துண்டுகளாக நறுக்கிய உருளைக் கிழங்கைப் போட்டு, நிதானமான தீயில் பொன்னிறமாக வதக்கவும்.

❖ உருளைக்கிழங்கு நன்கு வதங்கியதும் கெட்டியான புளி கரைசலை விட்டு ஐந்து நிமிடம் கொதிக்க வைக்கவும்.

❖ ஐந்து நிமிடம் கொதித்ததும் அதனுடன் உப்பு, சர்க்கரை, தனியா பொடி, காரப் பொடி, கரம் மசாலா பொடி, சாட் மசாலா பொடி போட்டுக் கிளறி மேலும் இரண்டு நிமிடம் வைக்கவும்.

❖ இறுதியாக பொடித்த சோளத்தைப் போட்டு நன்கு கலந்து, அடுப்பை சிம்மில் வைத்து, ஐந்து நிமிடம் அப்படியே விடவும். பின்பு அடுப்பை அணைத்து, அலங்கரித்து சூடாகப் பரிமாறவும்.

குறிப்பு:

இந்த சோளம் இம்லி ஆலு சூடாகப் பரிமாற வெகு ருசியாக இருக்கும். அதுவும் சூடான சோம் இம்லி ஆலுவுடன் ஒரு கப் சூடான ஏலக்காய் மசாலா டீ சேர்ந்தால் அட்டகாசம்தான்.

41. குதிரைவாலி பேபி கார்ன் காப்சிகம் டிலைட்

தேவையான பொருள்கள்: - வெறும் வாணலியில் வறுத்துப் பொடிக்க:

குதிரைவாலி அரிசி - 2 டேபிள் ஸ்பூன்

தனியா - 1 டேபிள் ஸ்பூன்

மிளகு - 1/2 டீ ஸ்பூன்

சோம்பு - 2 சிட்டிகை

கிராம்பு - 3

தேவையான பொருள்கள்:

சற்று பெரிய துண்டுகளாக நறுக்கிய பேபி கார்ன் - 2 கப் (சுடு தண்ணீரில் சிட்டிகை மஞ்சள் பொடி போட்டு மூடி, ஐந்து நிமிடம் கழித்து வடிகட்டவும்)

சற்று பெரிய சதுரங்களாக நறுக்கிய பெரிய வெங்காயம் - 1 கப்

சற்று பெரிய சதுரங்களாக நறுக்கிய பச்சை குடை மிளகாய் (காப்சிகம்) - 1/2 கப்

காரப் பொடி - 1 டீ ஸ்பூன்

அம்சூர் பொடி (காய்ந்த மாங்காய்ப் பொடி) - 1/2 டீ ஸ்பூன்

உப்பு - ருசிக்கேற்ப

இஞ்சி, பூண்டு விழுது - 1 டீ ஸ்பூன்

பொன்னிறமாக வறுத்த கடலை மாவு - 1 டேபிள் ஸ்பூன்

தாளிக்க:

சமையல் எண்ணெய் - 3 டேபிள் ஸ்பூன்

சீரகம் - 1 டீ ஸ்பூன்

மேலே அலங்கரிக்க:

பொடியாக நறுக்கிய வெங்காயத் தாள் - 1 கை

தேன் - சிறிது

செய்முறை:

- அடி கனமான, அகலமான ஒரு வாணலியை அடுப்பிலேற்றி, தாளிக்கக் கொடுத்தவற்றைத் தாளித்து, முதலில் வெங்காயத்தைப் பொன்னிற மாக வதக்கவும். பின் இஞ்சி, பூண்டு விழுது போட்டு வதக்கி, பேபி கார்ன் போடவும்.
- பிறகு ருசிக்கேற்ப உப்பு, அம்சூர் பொடி, காரப் பொடி போட்டு கிளறி, குடை மிளகாய் துண்டுகளைப் போட்டு வதக்கவும்.

❖ அடுத்து அதனுடன் வறுத்த கடலை மாவு, பொடித்த பொடியைச் சேர்த்து கிளறி, அடுப்பை சிம்மில் வைத்து, ஒரு மூடி போட்டு மூன்று நிமிடம் கிளறி, இறக்கவும்.

❖ பின் வெங்காயத் தூள் தூவி, தேனை ஊற்றி அலங்கரித்து சூடாகப் பரிமாறவும்.

42. கொள்ளு வெஜிடெபிள் சமோசா

வெஜிடெபிள் சமோசா மேல் மாவிற்கு தேவையான பொருள்கள்:

மைதா - 2 கப்

நெய் (உருக்கியது) - 1 டேபிள் ஸ்பூன்

ஓமம் - 1 டீ ஸ்பூன்

உப்பு - ருசிக்கேற்ப

லேசான சுடுதண்ணீர் - மாவு பிசையத் தேவையான அளவு

கொள்ளு வெஜ் பூரணம் செய்யத் தேவையான பொருள்கள்:

வேக வைத்து சற்று மசித்த கொள்ளு - 2 டேபிள் ஸ்பூன்

வேக வைத்து தோல் எடுத்து மசித்த உருளைக் கிழங்கு - 2 கப்

வேக வைத்து மசித்த காரட் - 1/ கப்

வேக வைத்து மசித்த பச்சைப் பட்டாணி - 1/2 கப்

அம்சூர் பொடி (காய்ந்த மாங்காய்ப் பொடி) - 1/2 டீ ஸ்பூன்

கரம் மசாலா பொடி - 1/2 டீ ஸ்பூன்

மஞ்சள் பொடி - 1/4 டீ ஸ்பூன்

காரப் பொடி - 1 டீ ஸ்பூன்

சீரகம் - 1 டீ ஸ்பூன்

பொடியாக நறுக்கிய பெரிய வெங்காயம் - 1

உப்பு - ருசிக்கேற்ப

சமையல் எண்ணெய் - 1 டேபிள் ஸ்பூன்

பொடியாக நறுக்கிய பச்சை கொத்தமல்லி - சிறிது

பொரிக்க:

சமையல் எண்ணெய் - தேவையான அளவு

செய்முறை: மேல் மாவு பிசைய

❖ ஒரு அகலமான தட்டில் நெய், உப்பு போட்டு நன்கு குழைத்துக் கலக்கவும். பின் மைதா, ஓமம் சேர்த்து தண்ணீர் தெளித்து மாவு

பிசைந்து அரை மணி நேரம் மூடி வைக்கவும் (மாவு பிசையும் பதம், பூரி மாவு பதத்தை விடச் சற்று நெகிழ்த்தியாக இருக்க வேண்டும்).

செய்முறை: கொள்ளு பூரணம்

- பின் ஒரு அகலமான அடி கனமான வாணலியை அடுப்பிலேற்றி, சமையல் எண்ணெய் விட்டுக் காய்ந்ததும், சீரகம் தாளித்து, வெங்காயம் போட்டு வதக்கவும்.
- வெங்காயம் பொன்னிறமாக வதங்கியதும், மசித்த கொள்ளு, உருளைக் கிழங்கு, காரட், பட்டாணி, உப்பு, மஞ்சள் பொடி, அம்சூரி, கரம் மசாலா, காரப் பொடி போட்டு வதக்கி எடுத்து ஆற வைக்கவும். பச்சை கொத்தமல்லி நறுக்கிப் போட்டு கிளறவும்.

செய்முறை: சமோசா

- பிசைந்த மாவை உருண்டைகளாக உருட்டி, சப்பாத்தி மாதிரி தேய்த்து, நடுவில் நறுக்கவும். பின் ஒரு பாதியை கோன் மாதிரி (Cone Shape) செய்து, மூலைகளில் சிறிது தண்ணீர் தடவவும். பின் பூரணத்தை நிரப்பி, ஓரங்களை நன்கு பிரியாமல் மூடவும்.
- அடுத்து அகலமான அடி கனமான வாணலியை அடுப்பிலேற்றி, சமையல் எண்ணெய் விட்டுக் காய்ந்ததும், சூடான எண்ணெயில் மிதமான தீயில் சமோசாக்களைப் போட்டு பொன்னிறமாகப் பொரித்தெடுக்கவும். பச்சை சட்னி, இனிப்பு சட்னி வைத்துப் பரிமாறவும்.

43. கம்பு, ராஜ்மா கலௌட்டி கபாப்

வடநாட்டுப் பக்கம் இந்தக் கலௌட்டி கபாப் ரொம்ப ரொம்ப பிரசித்தி பெற்றது. அவசியம் செய்து பாருங்கள்.

தேவையான பொருள்கள்:

பொன்னிறமாக வறுத்த கம்பு மாவு - 3 டேபிள் ஸ்பூன்

வேக வைத்து மசித்த ராஜ்மா - 1 1/2 கப்

வேக வைத்த கடலைப் பருப்பு (லேசாக மசித்தது) - 1/2 கப்

வதக்கி அரைத்த வெங்காய விழுது - 1/4 கப்

இஞ்சி, பூண்டு விழுது - 1 டீ ஸ்பூன்

ஏலப் பொடி - 2 சிட்டிகை

ஜாதிக்காய் பொடி - 2 சிட்டிகை

உப்பு - ருசிக்கேற்ப

கரம் மசாலா பொடி - 3/4 டீ ஸ்பூன்

மிளகுப் பொடி - 1/2 டீ ஸ்பூன்

கரகரப்பாக பொடித்த முந்திரி - 2 டேபிள் ஸ்பூன்

காய்ந்த திராட்சை (கிஸ்மிஸ்) - 2 டேபிள் ஸ்பூன் (நறுக்கியது)

எலுமிச்சை சாறு - 1/2 டேபிள் ஸ்பூன்

பொடியாக நறுக்கிய பச்சை கொத்தமல்லி - 1 கை

பொரிக்க:

சமையல் எண்ணெய் - தேவையான அளவு

செய்முறை:

❖ ஒரு அகலமான தட்டில் மேற்கூறிய தேவையான பொருள்களில் கொடுக்கப்பட்டுள்ள அனைத்துப் பொருள்களையும் ஒன்றாகப் போட்டு நன்கு கலக்கவும். பின் உருண்டைகளாக உருட்டி, லேசாக தட்டி, ஒரு தட்டில் அடுக்கவும்.

❖ அடுத்ததாக ஒரு தோசைக் கல்லை (நான்-ஸ்டிக்) அடுப்பிலேற்றி, சூடாக்கி, மூன்று, மூன்று கபாப்களாக வைத்து, இரு புறமும் சமையல் எண்ணெய் விட்டு, பொன்னிறமாக சுட்டு எடுக்கவும்.

பரிமாறும் முறை:

❖ இந்தக் கபாப்களை சூடாக பச்சை சட்னி, நறுக்கிய வெங்காய வில்லைகளை, இனிப்பு சட்னி, தாவா பராட்டா உடன் சூடாக பரிமாற சிம்பிளி சூப்பர்ப்.

குறிப்பு:

❖ இந்த கம்பு ராஜ்மா கடுலட்டி கபாப் மிகவும் ருசியாக இருக்கும். இதைத் தனியே பச்சை சட்னி, இனிப்பு சட்னி வைத்தும் ருசிக்கலாம்.

44. குதிரைவாலி அரிசி பண்டிகை வடை

தேவையான பொருள்கள்:

குதிரைவாலி அரிசி - 3 டேபிள் ஸ்பூன்

துவரம் பருப்பு - 1/2 கப்

கடலைப் பருப்பு - 1/2 கப்

முழு பாசிப் பயறு - 1/2 கப்

முழு உளுந்து - 1/2 கப்

(இவற்றை எல்லாம் கழுவி, மூன்று மணி நேரம் ஊற வைத்து சற்று கரகரப்பாக அரைக்கவும்.)

தேவையான பொருள்கள்: - வடை மாவில் கலக்க

பொடியாக நறுக்கிய முந்திரித் துண்டுகள் - 2 டேபிள் ஸ்பூன்

மிகப் பொடியாக நறுக்கிய பச்சை மிளகாய் - 1 டேபிள் ஸ்பூன்

துருவிய இஞ்சி - 2 டேபிள் ஸ்பூன்

பொடியாக நறுக்கிய தேங்காய்த் துண்டுகள் - 2 டேபிள் ஸ்பூன்

பொடியாக நறுக்கிய கறிவேப்பிலை - 1 டேபிள் ஸ்பூன்

பொடியாக நறுக்கிய பச்சைக் கொத்தமல்லித் தழை - 1 டேபிள் ஸ்பூன்

பெருங்காயப் பொடி - 2 சிட்டிகை

உப்பு - ருசிக்கேற்ப

வடைகளைப் பொரிக்க:

சமையல் எண்ணெய் - தேவையான அளவு

செய்முறை:

❖ கரகரப்பாக அரைத்த வடை மாவில், கலக்கத் தேவையான பொருள்களைப் போட்டு, கலந்து வைக்கவும்.

❖ அடுத்து அகலமான அடி கனமான வாணலியை அடுப்பிலேற்றி, சமையல் எண்ணெய் ஊற்றிக் காய்ந்ததும் மாவை வடைகளாகத் தட்டி நடுவில் துளை போட்டு, சூடான எண்ணெயில் போட்டு பொன்னிறமாகப் பொரித்தெடுக்கவும்.

❖ வடைகளை சுடச் சுட க தேங்காய் சட்னி, மல்லி சட்னி, தக்காளி சட்னி வைத்துப் பரிமாறவும்.

குறிப்பு:

இந்த குதிரைவாலி அரிசி பண்டிகை வடை எல்லா விசேஷங்களுக்கும் ஏற்றது.

45. வாழைக்காய் பன்னீர் பால்ஸ் வித் ராகி

தேவையான பொருள்கள்:

லேசாக வறுத்த ராகி மாவு - 2 டேபிள் ஸ்பூன்

வேக வைத்து, தோல் எடுத்து துருவிய வாழைக்காய் - 2 கப்

துருவிய பன்னீர் - 2 கப்

இஞ்சி, பச்சை மிளகாய் விழுது - 1 டேபிள் ஸ்பூன்

சீரகம் - 1 டீ ஸ்பூன்

உப்பு - ருசிக்கேற்ப

கரகரப்பாக பொடித்த வேர்க்கடலைப் பொடி - 4 டீ ஸ்பூன்

கோதுமை மாவு - 3 டீ ஸ்பூன்

பொடியாக நறுக்கிய பச்சை கொத்தமல்லி - சிறிது

பொரிக்க:

சமையல் எண்ணெய் - தேவையான அளவு

செய்முறை:

- ஒரு அகலமான தட்டில் தேவையான பொருள்களில் கொடுக்கப் பட்டுள்ள எல்லா பொருள்களையும் போட்டு நன்கு கலந்து, சின்ன உருண்டைகளாக உருட்டவும்.
- பின் அடுப்பில் வாணலியில் எண்ணெய் ஊற்றிக் காய்ந்ததும், சூடான எண்ணெயில் உருண்டைகளைப் போட்டுப் பொன்னிறமாகப் பொரித்து, பச்சை சட்னியுடன் பரிமாறவும்.

46. சாமை ஆனியன் ரிங்ஸ்

தேவையான பொருள்கள்:

பெரிய வெங்காயம் - 3 (வில்லைகளாக நறுக்கி, தனித்தனியாக எடுத்து வைக்கவும்.)

மேல் மாவு கலக்க - பஜ்ஜி மாவு பதம் கரைக்கவும்

சாமை மாவு - 2 டேபிள் ஸ்பூன்

கோதுமை மாவு - 1/4 கப்

வெள்ளை சோள மாவு - 1/4 கப்

பூண்டு விழுது - 1/4 டீ ஸ்பூன்

எலுமிச்சை சாறு - 1/2 டீ ஸ்பூன்

உப்பு - ருசிக்கேற்ப

காரப் பொடி - 1/2 டீ ஸ்பூன்

சமையல் சோடா - 1/4 டீ ஸ்பூன்

பொரிக்க:

சமையல் எண்ணெய் - தேவையான அளவு

மேலே தூவ:

சாட் மசாலா பொடி - சிறிது

செய்முறை:

- மேல் மாவு கலப்பதற்காக மேலே கொடுக்கப்பட்டுள்ள பொருள்களை ஒரு பாத்திரத்தில் போட்டு, தண்ணீர் விட்டு பஜ்ஜி மாவு பதத்துக்கு கரைக்கவும்.

- *பின் அடுப்பில் வாணலி வைத்து எண்ணெய் ஊற்றிக் காய்ந்ததும் ஒவ்வொரு வெங்காய வில்லையாக எடுத்து, மாவில் தோய்த்து, சூடான எண்ணெயில் போட்டு பொன்னிறமாகப் பொரித்தெடுக்கவும்.*
- *சாட் மசாலா பொடி தூவி, தக்காளி சாஸ் வைத்து சுடச் சுடப் பரிமாறவும்.*

47. வரகு வெஜிடபிள் சிப்ஸ்

தேவையான பொருள்கள்: பொடி செய்ய

வரகரிசி - 2 டேபிள் ஸ்பூன்

மிளகு - 1/2 டீ ஸ்பூன்

சீரகம் - 1 டீ ஸ்பூன்

உளுத்தம் பருப்பு - 1 டீ ஸ்பூன்

வெள்ளை எள் - 1 டீ ஸ்பூன்

(வெறும் வாணலியில் பொன்னிறமாக வறுத்து நைசாக பொடிக்கவும்.)

சிப்ஸ் செய்யத் தேவையான பொருள்கள்:

காரட் - 2

பீட்ரூட் - 2

சர்க்கரை வள்ளிக் கிழ்ங்கு - 2

உருளைக் கிழங்கு - 1

உப்பு - ருசிக்கேற்ப

வெள்ளை சோள மாவு - 3 டேபிள் ஸ்பூன்

சிப்ஸ் பொரிக்க:

சமையல் எண்ணெய் - தேவையான அளவு

செய்முறை:

- *முதலில் எல்லா வகை காய்கறிகளையும் தோல் எடுத்து, சிப்ஸ் கட்டரில் வில்லைகளாக நறுக்கவும்.*
- *பின் நறுக்கிய வில்லைகளை ஒரு அகலமான தட்டில் எடுத்து வைத்து, காய்கறி வில்லைகளின் மீது வெள்ளை சோள மாவைப் பரவலாகத் தூவி கலக்கவும்.*
- *பின் வாணலியை அடுப்பில் வைத்து எண்ணெய் ஊற்றிக் காய்ந்ததும், சோள மாவு தூவிய காய்கறி வில்லைகளை எடுத்து கொஞ்சம் கொஞ்சமாகப் போட்டு பொன்னிறமாகப் பொரித்து, ஒரு அகலமான தட்டில் போடவும்.*

❖ பிறகு பொரித்த காய்கறி சிப்ஸ்களின் மீது, உப்பு, பொடித்து வைத்துள்ள பொடியைத் தூவி குலுக்கி காற்றுப் புகாத டப்பாவில் வைத்து, வேண்டிய பொழுது எடுத்துப் பரிமாறவும்.

குறிப்பு:

1. இந்தக் காய்கறி சிப்ஸ் - திறந்த வாக்கில் வைத்தால் நமுத்து விடும்.

2. இந்த சிப்ஸ் ஒரு நாளைக்குத் தான் வைத்துச் சாப்பிடலாம். அதிக நாட்கள் நன்றாக இருக்காது.

48. திணை அவரை மொச்சை கலகலா

தேவையான பொருள்கள்:

வெறும் வாணலியில் பொன்னிறமாக வறுத்துப் பொடித்த திணை மாவு - 1/4 கப்

கடலை மாவு - 1 கப்

குதிரைவாலி அரிசி மாவு - 1/2 கப்

சன்னமாக நறுக்கிய அவரைக் காய் - 1 கை அளவு

வேக வைத்து மசித்த மொச்சை - 1 கை அளவு

சன்னமாக நீளமாக நறுக்கிய பெரிய வெங்காயம் - 2 கை அளவு

பொடியாக நறுக்கிய பச்சை மிளகாய் - 3

இஞ்சி, பூண்டு நசுக்கி, தட்டியது - 2 டேபிள் ஸ்பூன்

சோம்பு - 1 டீ ஸ்பூன்

பொடியாக நறுக்கிய புதினா - 1 கை அளவு

உப்பு - ருசிக்கேற்ப

காரப் பொடி - 1/2 டீ ஸ்பூன்

சமையல் சோடா - 1/4 டீ ஸ்பூன்

கெட்டி நெய் - 1 டேபிள் ஸ்பூன்

கலகலா பொரிக்க:

சமையல் எண்ணெய் - தேவையான அளவு

செய்முறை:

❖ ஒரு அகலமான, பெரிய தட்டில் முதலில் நெய், சமையல் சோடா சேர்த்து நன்கு குழைத்துக் கலக்கவும். பின்பு தேவையான பொருள்களில் கொடுக்கப்பட்டுள்ள அனைத்துப் பொருள்களையும் சேர்த்து நன்கு கலக்கவும். தண்ணீர் தெளித்து மாவை பக்கோடா மாவு

பதத்துக்கு பிசைந்து, சின்னச் சின்ன உருண்டைகளாக உருட்டி வைக்கவும்.

❖ அடுத்து அடி கனமான அகலமான வாணலியை அடுப்பிலேற்றி எண்ணெய் ஊற்றிச் சூடானதும் உருண்டைகளைப் போட்டுப் பொரித்தெடுக்கவும்.

❖ பொரித்தெடுத்த சூடான தினை அவரை மொச்சை கலகலாவைத் தக்காளி சட்னி, மல்லி சட்னி வைத்துப் பரிமாறவும்.

49. சோள உருளை ஃபிரை

தேவையான பொருள்கள்: - மேல் மாவு கலக்க

சோள மாவு - 2 டேபிள் ஸ்பூன்

கோதுமை மாவு - 1/4 கப்

உப்பு - ருசிக்கேற்ப

காய்ச்சி ஆறிய லேசாகக் குளிரூட்டப்பட்ட ஜில் பால் - சிறிது

தேவையான பொருள்கள்: - உருளை ஃபிரை

நான்கு பெரிய உருளைக் கிழங்கு, தோலுடன் நீளமாக, சிறிது மெல்லிய துண்டுகளாக நறுக்கவும். (ஃபிரென்ச் ஃபிரைக்கு (French Fries) நறுக்குவது போல் நறுக்கவும்).

உப்பு - ருசிக்கேற்ப

கரகரப்பாக பொடித்த மிளகுப் பொடி - 1/2 டீ ஸ்பூன்

கரகரப்பாக பொடித்த பாதாம் - 1/4 கப்

மைதா - 1/4 கப்

ரொட்டித் தூள் - 2 1/2 கப் (5 ஸ்லைஸ் ரொட்டியை மிக்ஸியில் போட்டுப் பொடிக்கவும்.)

பொடியாக நறுக்கிய பச்சை கொத்தமல்லி - சிறிது

பொரிக்க:

சமையல் எண்ணெய் - தேவையான அளவு

செய்முறை:

❖ முதலில் உருளைக் கிழங்கு துண்டுகளுடன் உப்பு, மிளகு கலந்து தனியே வைக்கவும்.

❖ பின் ஒரு தட்டில் (5 ரொட்டி ஸ்லைஸ் - மிக்ஸியில் போட்டு விப்பர் பிளேடில் அரைத்துப் பொடிக்கவும். ரொட்டியைப் பிய்த்துப் போட்டு

அடிக்கவும்.)ரொட்டித் தூள் 2 1/2 கப், பொடியாக நறுக்கிய பச்சை கொத்தமல்லி சிறிது, உப்பு ருசிக்கேற்ப போட்டு கலந்து வைக்கவும்.

❖ அடுத்து மேல் மாவை பஜ்ஜி மாவு பதத்துக்குக் கலந்துகொள்ளவும்.

❖ பின் நீள உருளைத் துண்டுகளை தனித்தனியே மேல் மாவில் முக்கி, ரொட்டித் துண்டு பொடியில் புரட்டி, அடுப்பில் வாணலியில் எண்ணெய் ஊற்றிக் காய்ந்ததும் சூடான எண்ணெயில் பொன்னிறமாகப் பொரித்து, தக்காளி சாஸ் உடன் பரிமாறவும்.

50. சாமை அரிசி காய் வடே (தேங்காய் வடா)

காய் வடே மங்களூர் வகை ஸ்நாக். மிகவும் ருசியானது. தேங்காய் வைத்துச் செய்வது.

தேவையான பொருள்கள்:

சாமை அரிசி மாவு - 1/4 கப்

பதப்படுத்தப்பட்ட அரிசி மாவு - 1 1/4 கப்

கெட்டி தேங்காய் பால் - 3/4 கப்

உப்பு - ருசிக்கேற்ப

பொரிக்க:

சமையல் எண்ணெய் - தேவையான அளவு

செய்முறை:

❖ ஒரு அகலமான பாத்திரத்தில் தேவையான பொருள்களில் கொடுக்கப்பட்ட அனைத்துப் பொருள்களையும் போட்டுக் கலந்து வடை மாவு பதத்துக்கு மாவு பிசையவும். மாவு மிகவும் மிருதுவாக இருக்கும். கையில் எண்ணெய் தடவி, மாவில் இருந்து சின்னச் சின்ன உருண்டைகளாக கிள்ளி உருட்டவும். பின் லேசாகத் தட்டவும்.

❖ அடுத்து அடி கனமான வாணலியை அடுப்பிலேற்றி எண்ணெய் ஊற்றிச் சூடாக்கி, நடுத்தரமான சூட்டில் எண்ணெயை வைத்து, தட்டி வைத்துள்ள காய் வடேயைப் போட்டு பொன்னிறமாகப் பொரிக்கவும்.

❖ சூடான சாமை அரிசி காய் வடே மல்லி சட்னியுடன் சாப்பிட சுவையோ சுவைதான்.

குறிப்பு:

எண்ணெய் அதிகம் சூடாக இருந்தால் காய் வடே தீய்ந்து விடும். ஜாக்கிரதையாகப் பார்த்துப் பொரிக்கவும்.

58

51. வரகரிசி சிந்தி தால் பாட்டீஸ்

இது ஒரு சிந்தி பேமஸ் டிஷ்.

தேவையான பொருள்கள்:

பொன்னிறமாக வறுத்துப் பொடித்த வரகரிசி மாவு - 2 டேபிள் ஸ்பூன்

வேக வைத்து, தோல் எடுத்துத் துருவிய உருளைக் கிழங்கு - 6 (பெரிய கிழங்கு)

வேக வைத்த கடலைப் பருப்பு - 6 டேபிள் ஸ்பூன்

வெள்ளை சோள மாவு (Corn flour) - 3 டேபிள் ஸ்பூன்

ரொட்டி ஸ்லைஸ் - 4

உப்பு - ருசிக்கேற்ப

மிளகாய்ப் பொடி - 1 1/4 டீ ஸ்பூன்

மஞ்சள் பொடி - 1/2 டீ ஸ்பூன்

அம்சூர் பொடி (காய்ந்த மாங்காய்ப் பொடி) - 1/2 டீ ஸ்பூன்

சமையல் எண்ணெய் - 1 டீ ஸ்பூன்

மிகப் பொடியாக நறுக்கிய முந்திரி - 2 டேபிள் ஸ்பூன்

மிகப் பொடியாக நறுக்கிய பச்சை கொத்தமல்லித் தழை - சிறிது

சமையல் எண்ணெய் - தேவையான அளவு

செய்முறை: - முதலில் மேல் மாவு தயாரிக்க

❖ *ஒரு பெரிய அகலமான தட்டில் துருவிய உருளைக் கிழங்கு, தேவையான அளவு உப்பு, வரகரிசி மாவு, சோள மாவு, ரொட்டி ஸ்லைஸ் - தண்ணீரில் முக்கி பிழிந்து சேர்க்கவும். இதை நன்கு அழுத்திப் பிசையவும். தனியே வைக்கவும். பின்பு மறுபடியும் அழுத்திப் பிசையவும்.*

கடலைப் பருப்பு பூரணம் தயாரிக்க

❖ *அடுத்து ஒரு வாணலியை அடுப்பிலேற்றி, சமையல் எண்ணெய் 1 டீ ஸ்பூன் விட்டு, சீரகம் தாளித்து, வேக வைத்த பருப்பு, உப்பு, மிளகாய்ப் பொடி, மஞ்சள் பொடி, அம்சூர் பொடி, முந்திரி, நறுக்கிய கொத்தமல்லி சேர்த்துக் கிளறவும். பின் அடுப்பை அணைத்து, ஆற வைத்து உருண்டைகளாகப் பிடிக்கவும்.*

பாட்டீஸ் செய்முறை:

❖ *பிசைந்து வைத்திருக்கும் உருளைக் கிழங்கு வரகரிசி மேல் மாவிலிருந்து உருண்டைகளாக உருட்டி, ஒரு கப் போல செய்து, நடுவில் கடலைப் பருப்பு பூரணம் வைத்து, மூடி, லேசாக சற்று தடிமனாகத் தட்டி ஒரு தட்டில் அடுக்கி வைக்கவும்.*

❖ பின் ஒரு நான்-ஸ்டிக் தோசைக் கல்லை அடுப்பிலேற்றி, சூடாக்கி நிதானமான தீயில் பாட்டீஸ்களை வைத்து இரு புறமும் சமையல் எண்ணெய் விட்டு, பொன்னிறமாகச் சுட்டு எடுக்கவும். சூடாக பச்சை சட்னி வைத்துப் பரிமாறவும்.

52. குதிரைவாலி அரிசி பன்னீர் க்யூப்ஸ்

மேல் மாவு தயாரிக்கத் தேவையான பொருள்கள்:

பொன்னிறமாக வறுத்துப் பொடித்த குதிரைவாலி அரிசி மாவு - 2 டேபிள் ஸ்பூன்

கடலை மாவு - 8 டேபிள் ஸ்பூன்

காரப் பொடி - 1/2 டீ ஸ்பூன் (காஷ்மீரி மிளகாய்ப் பொடி)

இஞ்சி, பூண்டு விழுது - 1 டீ ஸ்பூன்

சீரகம் - 1 டீ ஸ்பூன்

சாட் மசாலா பொடி - 1 டீ ஸ்பூன்

உப்பு - ருசிக்கேற்ப

நல்ல சூடான சமையல் எண்ணெய் - 1 டேபிள் ஸ்பூன்

சமையல் சோடா - ஒரு சிட்டிகை

பொடியாக நறுக்கிய பச்சை கொத்தமல்லி - சிறிது

பன்னீர் க்யூப்ஸ் தயாரிக்கத் தேவையான பொருள்கள்: -

மொத்தமாக சற்றுப் பெரிய துண்டுகளாக நறுக்கிய பன்னீர் - 1 கப்

அம்சூர் பொடி (காய்ந்த மாங்காய் பவுடர்) - 1 1/4 டீ ஸ்பூன்

காஷ்மீரி மிளகாய்ப் பொடி - 1/2 டீ ஸ்பூன்

உப்பு - ருசிக்கேற்ப

செய்முறை:

❖ முதலில் ஒரு அகலமான தட்டில் பன்னீர் க்யூப்ஸ் தயாரிக்கத் தேவையான பொருள்கள் அனைத்தையும் போட்டுக் கலந்து ஒரு பத்து நிமிடம் வைக்கவும்.

❖ அடுத்து மேல் மாவு கலக்க, மேலே கொடுக்கப்பட்டுள்ள தேவையான பொருள்கள் அனைத்தையும் ஒன்றாகப் போட்டு பஜ்ஜி மாவு பதத்துக்குக் கரைத்து வைத்துக்கொள்ளவும்.

❖ பிறகு அடுப்பில் வாணலி வைத்து எண்ணெய் ஊற்றிக் காய்ந்ததும் பன்னீர்த் துண்டுகள் ஒவ்வொன்றையும் மாவு கரைசலில் முக்கி, சூடான எண்ணெயில் போட்டு பொன்னிறமாக பொரித்து எடுத்து சூடாகப் பரிமாறவும். தொட்டுக் கொள்ள பச்சை சட்னி பொருத்தமானது.

53. கம்பு, கோங்குரா முக்கோணம்

கோங்குரா கீரை என்பது புளித்த கீரைதான். அளவாக கோங்குராவைச் சேர்த்தால் அதிகம் புளிக்காது.

தேவையான பொருள்கள்:

பொன்னிறமாக வறுத்த கம்பு மாவு - 1/4 கப்

கடலை மாவு - 1 கப்

குதிரைவாலி அரிசி மாவு - 3 டேபிள் ஸ்பூன்

பொடியாக நறுக்கிய கோங்குரா கீரை (தண்டு சேர்க்க வேண்டாம்) - 1 கை

தட்டிய இஞ்சி, பூண்டு - 1 டேபிள் ஸ்பூன்

கரகரப்பாக பொடித்த வரமிளகாய் - 1 டேபிள் ஸ்பூன்

வெள்ளை எள் - 1 டேபிள் ஸ்பூன்

ஒன்றும் பாதியுமாகப் பொடித்த தனியா விதை - 1 டேபிள் ஸ்பூன்

சன்னமாக, நீளமாக நறுக்கிய சாம்பார் வெங்காயம் - 2 கை

உப்பு - ருசிக்கேற்ப

சமையல் சோடா - 1/4 டீ ஸ்பூன்

நீர்க்கக் கரைத்த மோர் - 1 1/4 கப்

சமையல் எண்ணெய் - 1 டேபிள் ஸ்பூன்

சமையல் எண்ணெய் - தேவையான அளவு

செய்முறை:

❖ முதலில் அடி கனமான ஒரு வாணலியை அடுப்பிலேற்றி, சமையல் எண்ணெய் விட்டு, எண்ணெய் காய்ந்ததும், நறுக்கிய வெங்காயத்தைப் போட்டு வதக்கவும்.

❖ வெங்காயம் வதங்கியதும் இஞ்சி, பூண்டு, உப்பு, நறுக்கிய கோங்குரா கீரை, எள், தனியா போட்டுக் கிளறி, பின் தொடர்ந்து மாவு வகைகளைப் போட்டு 2 நிமிடம் வறுத்து, மோர் விட்டுக் கிளறவும்.

❖ கெட்டியாக மாவு, பந்து மாதிரி வாணலியில் உருண்டு வரும் பொழுது, சமையல் சோடா கலந்து, இறக்கி ஒரு எண்ணெய் தடவிய தட்டில் கொட்டி, முக்கோண வடிவில் நறுக்கிவைக்கவும்.

❖ பின் அடுப்பில் வாணலி வைத்து எண்ணெய் ஊற்றிக் காய்ந்ததும் சூடான எண்ணெயில் நறுக்கி வைத்த முக்கோணங்களைப் போட்டு பொன்னிறமாக பொரித்து எடுக்கவும்.

❖ பொரித்தெடுத்த கம்பு கோங்குரா முக்கோணத்தை தக்காளி சட்னி வைத்துப் பரிமாறவும்.

குறிப்பு:

சிறு தானியங்களை வெறும் வாணலியில் வறுத்து, பொடித்து சேர்ப்பது, வாசனையும் சுவையையும் கூட்டும்.

54. வரகரிசி டோனே மிர்சங்கே வடே

இது ஒரு கொங்கணி ஸ்பெஷல் டிஷ். இந்த குடை மிளகாய் வடை மிகவும் ருசியாக இருக்கும்.

வடை மாவுக்குத் தேவையான பொருள்கள்:

வரகரிசி - 1/4 கப்

பச்சரிசி - 1 1/4 கப்

முழு உளுந்து - 3/4 கப்

வடை மாவில் கலக்கத் தேவையான பொருள்கள்:

மிக மிகப் பொடியாக நறுக்கிய பச்சை குடைமிளகாய் - 1

சீரகம் - 1 டீ ஸ்பூன்

மிளகு, சற்று கரகரப்பாகப் பொடித்தது - 1 டீ ஸ்பூன்

உப்பு - ருசிக்கேற்ப

பொடியாக நறுக்கிய கறிவேப்பிலை - சிறிது

பொடியாக நறுக்கிய பச்சை மிளகாய் - 2

துருவிய இஞ்சி - 1 டீ ஸ்பூன்

நெய் - 1 டீ ஸ்பூன்

செய்முறை:

- மேற்கூறிய பொருள்களைக் கழுவி, தண்ணீரில் இரண்டு மணி நேரம் ஊற வைத்து, வடி கட்டி, வடை மாவு பதம் அரைக்கவும்.
- அரைத்த வடை மாவில், வடைக்குக் கலக்கத் தேவையான பொருள்களைப் போட்டு கலந்து, சின்னச் சின்ன வடைகளாகத் தட்டி, சூடான எண்ணெயில் போட்டுபொன்னிறமாகப் பொரித்து எடுக்கவும்.
- பொரித்தெடுத்த சூடான வரகரிசி டோனே மிர்சங்கே வடேயை சாம்பார், சட்னி வைத்துப் பரிமாறவும்.

குறிப்பு:

எல்லாக் கலர் குடை மிளகாயையும் பொடியாக நறுக்கி, சிறிது அளவு மாவில் கலக்க, கலர் ஃபுல்லான வடா கிடைக்கும்.

55. கிரிஸ்பி தினை காலி பிளவர் ரோல்ஸ் வித் சாஸ்

காலி பிளவர் ரோல்ஸுக்கு தொட்டுக் கொள்ள சாஸ் வைத்துப் பரிமாறுவதுதான் பொருத்தமான சைட் டிஷ். இந்த சாஸ் செய்வது எளிது. இதன் ருசி, உங்கள் சமையல் அறையில் அடிக்கடி இடம் பிடிக்கும். இந்த ரோல்ஸ், குழந்தைகள் முதல் பெரியவர்கள் வரை விரும்பி உண்ணக் கூடியது.

தினை காலி பிளவர் ரோல்ஸ் செய்யத் தேவையான பொருள்கள்:

துருவிய காலி பிளவர் - 2 1/2 கப்

பொன்னிறமாக வெறும் வாணலியில் வறுத்துப் பொடித்த தினை - 2 டேபிள் ஸ்பூன்

மைதா - 2 டேபிள் ஸ்பூன்

கார்ன் ஃபிளவர் மாவு - 2 டேபிள் ஸ்பூன்

குதிரைவாலி அரிசி மாவு - 2 டேபிள் ஸ்பூன்

ரொட்டி ஸ்லைஸ் - 3

உப்பு - ருசிக்கேற்ப

காரப் பொடி - 1 டீ ஸ்பூன்

மிளகுப் பொடி - 1/4 டீ ஸ்பூன்

சமையல் சோடா - 2 சிட்டிகை

பொரிக்க:

சமையல் எண்ணெய் - தேவையான அளவு

சாஸ் செய்யத் தேவையான பொருள்கள்:

சமையல் எண்ணெய் - 1 டேபிள் ஸ்பூன்

துருவிய இஞ்சி - 1 டீ ஸ்பூன்

மிக மிகப் பொடியாக நறுக்கிய பூண்டு - 10 பல்

மிக மிக பொடியாக நறுக்கிய பெரிய வெங்காயம் - 1

மிக மிக பொடியாக நறுக்கிய பச்சை குடைமிளகாய் - 1

தக்காளி சாஸ் - 1/4 கப்

உப்பு - ருசிக்கேற்ப (பார்த்துப் போடவும்)

சோயா சாஸ் - 1/2 டீ ஸ்பூன்

கார்ன் ஃபிளவர் - 1 டீ ஸ்பூன்

தண்ணீர் - 1/2 கப்

செய்முறை:

- ❖ மேலே கொடுக்கப்பட்டுள்ள ரோல்ஸ் செய்யத் தேவையான பொருள்கள் அனைத்தையும் ஒரு அகலமான தட்டில் போடவும். கூடவே ரொட்டித் துண்டுகளை தண்ணீரில் முக்கிப் பிழிந்து சேர்க்கவும்.
- ❖ பின் எல்லாவற்றையும் ஒன்றாகப் போட்டுக் கலந்து ரோல்களாகப் பிடிக்கவும். ஒரு தட்டில் வைக்கவும்.
- ❖ அடுத்ததாக அடுப்பில் வாணலி வைத்து எண்ணெய் ஊற்றிக் காய்ந்ததும் சூடான எண்ணெயில் மிதமான தீயில் இரண்டிரண்டு ரோல்களாகப் போட்டு பொன்னிறமாக பொரித்தெடுக்கவும்.
- ❖ பொரித்தெடுத்த ரோல்களை சூடாக சாஸ் வைத்துப் பரிமாறவும்.

அடுத்து சாஸ் தயாரிக்கும் முறை

- ❖ ஒரு அடி கனமான வாணலியை அடுப்பிலேற்றி, சமையல் எண்ணெய் விட்டு, முதலில் பூண்டை வதக்கவும்.
- ❖ பூண்டு வதங்கியதும், வெங்காயம் சேர்த்து ஒரு நிமிடம் வதக்கி, பின் நறுக்கிய குடை மிளகாய், துருவிய இஞ்சி, உப்பு, தக்காளி சாஸ், சோயா சாஸ் விட்டுக் கலக்கவும்.
- ❖ மேலும் அதனுடன் கார்ன் ஃபிளவரை 1/2 கப் தண்ணீரில் கரைத்து ஊற்றவும். தீ நிதானமாக எரியட்டும். சாஸ் கெட்டியானதும் இறக்கி, கிரிஸ்பி தினை காலி பிளவர் ரோல்ஸ் உடன் பரிமாறவும்.

56. குதிரைவாலி முருங்கை வடை

தேவையான பொருள்கள்:

குதிரைவாலி அரிசி - 2 டேபிள் ஸ்பூன்

கடலைப் பருப்பு - 1 கப்

(இவற்றைக் கழுவி 2 மணி நேரம் ஊற வைத்து கரகரப்பாக அரைக்கவும்.)

வேக வைத்து வழித்த முருங்கைக் காய் சதைப் பகுதி மட்டும் - 1/2 கப் (மசிக்கவும்)

பொடித்த பொட்டுக் கடலை மாவு - 1 கப்

சோம்பு - 1 டீ ஸ்பூன்

பொடியாக நறுக்கிய சாம்பார் வெங்காயம் - 1 கப்

மிகப் பொடியாக நறுக்கிய பச்சை மிளகாய் - 6

நன்கு நசுக்கிய பூண்டு - 2 பல்

மஞ்சள் பொடி - 1/4 டீ ஸ்பூன்

உப்பு - ருசிக்கேற்ப

பொடியாக நறுக்கிய பச்சை கொத்தமல்லி, கறிவேப்பிலை - சிறிது

சமையல் எண்ணெய் - தேவையான அளவு

செய்முறை:

❖ மேற்கூறிய தேவையான பொருள்களை ஒரு அகலமான பாத்திரத்தில் போட்டு, நன்கு கலந்து, நடுத்தர அளவில் வடைகளாகத் தட்டி, சூடான எண்ணெயில் பொன்னிறமாக பொரித்தெடுக்கவும்.

❖ சுடச் சுட புதினா சட்னி, தக்காளி சட்னியுடன் பரிமாறவும்.

57. சாமை அரிசி வெந்தயக் கீரை போண்டா

தேவையான பொருள்கள்:

சாமை அரிசி மாவு - 3 டேபிள் ஸ்பூன்

கடலை மாவு - 3 டேபிள் ஸ்பூன்

ஊற வைத்த பாசிப் பருப்பு - 1 கப் (நைசாக அரைக்கவும்)

பெரிய வெங்காயம் (பொடியாக நறுக்கியது) - 1

பொடியாக நறுக்கிய பச்சை மிளகாய் - 4

பொடியாக நறுக்கிய வெந்தயக்கீரை - 2 டேபிள் ஸ்பூன்

உப்பு - ருசிக்கேற்ப

போண்டா பொரிக்க:

சமையல் எண்ணெய் - தேவையான அளவு

செய்முறை:

❖ மேலே, தேவையான பொருள்களில் கொடுத்துள்ள அனைத்துப் பொருள்களையும் ஒரு அகலமான பாத்திரத்தில் போட்டு நன்கு கலக்கவும்.

❖ பின் அதை சின்ன எலுமிச்சம்பழ அளவு உருண்டைகளாக உருட்டி வைக்கவும்.

❖ அடுத்ததாக வாணலியை அடுப்பிலேற்றி, எண்ணெய் ஊற்றிக் காய்ந்ததும் சூடான எண்ணெயில் உருண்டைகளைப் போட்டு பொன்னிறமாகப் பொரித்து எடுக்கவும்.

❖ சுடச் சுட சாம்பார், தேங்காய் சட்னியுடன் பரிமாறவும்.

58. வரகு சப்ஜி சீக் கபாப் (Seekh Kabab)

தேவையான பொருள்கள்:

வெறும் வாணலியில் பொன்னிறமாக வறுத்துப் பொடித்த வரகரிசி - 2 டேபிள் ஸ்பூன்

மைசூர் துவரம் பருப்பு (8 மணி நேரம் ஊற வைத்து) பின் நைசாக அரைக்கவும் - 1 கப்

இஞ்சி, பூண்டு, பச்சை மிளகாய் விழுது - 2 டேபிள் ஸ்பூன்

துருவிய பன்னீர் - 1/2 கப்

துருவிய காரட் - 3 டேபிள் ஸ்பூன்

துருவிய பச்சைக் குடை மிளகாய் - 3 டேபிள் ஸ்பூன்

துருவிய கோஸ் - 3 டேபிள் ஸ்பூன்

வேக வைத்து தோல் எடுத்து துருவிய உருளைக் கிழங்கு - 1

துருவிய பெரிய வெங்காயம் - 1

தோல் எடுத்து, விதை எடுத்து நறுக்கிய தக்காளி (பொடியாக நறுக்கவும்) - 1

கார்ன் ஃபிளவர் - 4 டேபிள் ஸ்பூன்

எலுமிச்சை சாறு - 1 டேபிள் ஸ்பூன்

பட்டை - 1 துண்டு

கிராம்பு - 2

ஏலக்காய் - 1

சீரகம் - 1/2 டீ ஸ்பூன்

(இவற்றைப் பொடிக்கவும்)

வெண்ணெய் - 2 டேபிள் ஸ்பூன்

சமையல் எண்ணெய் - தேவையான அளவு

செய்முறை:

- *மேலே தேவையான பொருள்களில் கொடுத்துள்ள அனைத்துப் பொருள்களையும் ஒரு அகலமான பாத்திரத்தில் போட்டுக் கலந்து, நீள, சன்ன உருளைகளாக உருட்டிக் கொள்ளவும்.*
- *பின் ஒரு நான் ஸ்டிக் தோசைக் கல்லை அடுப்பில் வைத்து சூடானதும் சமையல் எண்ணெய் விட்டு, உருளைகளை தோசைக்கல்லில் வைத்து இரு புறமும் பொன்னிறமாக சுட்டு எடுக்கவும்.*
- *சூடான வரகு சப்ஜி சீக் கபாப் ரெடி. சுடச் சுட பச்சை சட்னி வைத்துப் பரிமாறவும்.*

59. குதிரைவாலி அதிரடி வடை

தேவையான பொருள்கள்:

குதிரைவாலி அரிசி மாவு - 1 1/4 கப்

கடலை மாவு - 3/4 கப்

மைதா மாவு - 3/4 கப்

ஊற வைத்த கடலைப் பருப்பு - 2 டேபிள் ஸ்பூன்

ஊற வைத்த பாசிப் பருப்பு - 2 டேபிள் ஸ்பூன்

உப்பு - ருசிக்கேற்ப

வெள்ளை எள் - 1 டேபிள் ஸ்பூன்

சீரகம் - 1 டீ ஸ்பூன்

பச்சை மிளகாய் (பொடியாக நறுக்கியது) - 6

துருவிய இஞ்சி - 1 டேபிள் ஸ்பூன்

துருவிய தேங்காய் - 1/4 கப்

பொடியாக நறுக்கிய பச்சை கொத்தமல்லி - 1 கை

துருவிய காரட் - 1/4 கப்

நெய் (உருக்கியது) - 1 டேபிள் ஸ்பூன்

பொரிக்க:

சமையல் எண்ணெய் - தேவையான அளவு

செய்முறை:

❖ *ஒரு பெரிய அகலமான தட்டில் மேலே தேவையான பொருள்களில் கொடுத்துள்ள எல்லாப் பொருள்களையும் போட்டு நன்கு கையால் கலக்கவும். பின் தண்ணீர் தெளித்து, தெளித்துப் பிசையவும் (பூரி மாவு பதத்தைவிடச் சற்று நெகிழ்த்தியாக இருக்க வேண்டும்). பிசைந்த மாவை ஒரு ஐந்து நிமிடம் அப்படியே மூடி வைக்கவும்.*

❖ *பின் கையில் எண்ணெய் தடவிக் கொண்டு மாவை உருண்டைகளாக்கவும். உருண்டைகளை லேசாகத் தட்டவும். சற்றுத் தடிமனாக இருப்பது நல்லது.*

❖ *அடுத்ததாக ஒரு வாணலியை அடுப்பிலேற்றி எண்ணெய் ஊற்றிக் காய்ந்ததும், சூடான எண்ணெயில் தட்டி வைத்துள்ள குதிரைவாலி அதிரடி வடையைப் போட்டு பொன்னிறமாக பொரித்து எடுக்கவும்.*

❖ *இதை தக்காளி சட்னி, புதினா சட்னி, தேங்காய் சட்னி வைத்துப் பரிமாறவும்.*

60. வரகரிசி பெசரு புனுகுலு

இந்த வரகு பெசரு புனுகுலு ஒரு ஆந்திரா ஸ்பெஷல் டிஷ்

தேவையான பொருள்கள்: - புனுகுலு செய்ய

ஊற வைத்த வரகரிசி - 1/4 கப் (2 மணி நேரம் ஊற வைக்கவும்)

முழு பச்சை பயறு - 1 கப் (3 மணி நேரம் ஊற வைக்கவும்)

பச்சை மிளகாய் - 4 (நறுக்கியது)

மேற்கண்ட பொருள்களை வடித்து, சற்றுக் கரகரப்பாக அரைக்கவும்.

தேவையான பொருள்கள்: - புனுகுலுவுடன் கலக்க

பொடியாக நறுக்கிய பெரிய வெங்காயம் - 2

பொடியாக நறுக்கிய இஞ்சி - 2 டேபிள் ஸ்பூன்

பொடியாக நறுக்கிய பச்சை கொத்தமல்லி, கறிவேப்பிலை - சிறிது

உப்பு - ருசிக்கேற்ப

தாளித்த கடுகு - 1 டீ ஸ்பூன்

புனுகுலு பொரிக்க:

சமையல் எண்ணெய் - தேவையான அளவு

செய்முறை:

- *ஒரு அகலமான பாத்திரத்தில் சற்று கரகரப்பாக அரைத்த புனுகுலு மாவைப் போட்டு கலந்து, பின் புனுகுலுவுடன் கலக்கக் கொடுத்துள்ள தேவையான பொருள்கள் அனைத்தையும் போட்டுக் கலந்து கொள்ளவும்.*
- *பின் அதை, சின்னச் சின்ன போண்டாவாக ஸ்பூனில் எடுத்து அடுப்பில் வாணலியில் சூடான எண்ணெயில் போட்டு பொன்னிறமாக பொரித்து எடுக்கவும்.*
- *அவ்வளவுதான் சூடான வரகரிசி பெசரு புனுகுலு ரெடி.*
- *இதை தக்காளி சட்னி, புதினா சட்னி, தேங்காய் சட்னி வைத்துப் பரிமாறவும்.*

குறிப்பு:

இந்தப் புனுகுலுவுடன் மூன்று வித சட்னி பரிமாறும் பொழுது, சுவையே அலாதிதான். ஒரு ஒரு வாய்க்கும் சட்னியின் சுவை மாறுபடும் பொழுது, கூட இரண்டு புனுகுலுவை சாப்பிடுவது நிச்சயம்.

61. சாமை மதூர் வடை

மத்தூர் - கர்நாடகாவில் உள்ள ஒரு சிறிய ஊர். இங்கு இந்த வடை மிகவும் ஸ்பெஷல்.

தேவையான பொருள்கள்:

சாமை அரிசி மாவு - 1/4 கப்

பதப்படுத்தப்பட்ட பச்சை அரிசி மாவு - 3/4 கப்

லேசாக வறுத்த கடலை மாவு - 1 டேபிள் ஸ்பூன்

லேசாக வறுத்த சின்ன வெள்ளை ரவை - 1/4 கப்

லேசாக வறுத்த பொட்டுக் கடலை - 3 டேபிள் ஸ்பூன்

பொடியாக நறுக்கிய பெரிய வெங்காயம் - 1

பொடியாக நறுக்கிய பச்சை மிளகாய் - 6

உப்பு - ருசிக்கேற்ப

பொடியாக நறுக்கிய பச்சை கொத்தமல்லித்தழை - 3 டேபிள் ஸ்பூன்

காய்ச்சிய சூடான சமையல் எண்ணெய் - 1 டேபிள் ஸ்பூன்

சமையல் எண்ணெய் - தேவையான அளவு

செய்முறை:

- *மேலே கூறிய தேவையான பொருள்களில் கொடுக்கப்பட்டுள்ள அனைத்துப் பொருள்களையும் ஒரு அகலமான தட்டில் போட்டு நன்கு கலந்து, பின்னர் தண்ணீர் தெளித்து பூரி மாவு பதத்துக்கு பிசைந்து, மூடி பத்து நிமிடம் வைக்கவும்.*
- *பின் மாவை சின்னச் சின்ன உருண்டைகளாக உருட்டி லேசாகத் தட்டி, சூடான எண்ணெயில், நிதானமான எண்ணெய் காய்ச்சலில் வடைகளைப் போட்டு பொன்னிறமாக பொரித்து எடுக்கவும்.*

குறிப்பு:

எண்ணெய் காய்ச்சல் மிதமான சூட்டில் இருக்க வேண்டும். மிகவும் சூடான எண்ணெயில் பொரித்தால் வடையின் நிறம் மாறி விடும்.

62. ராகி கார்ன் பக்கோடா

தேவையான பொருள்கள்:

ராகி மாவு - 3 டேபிள் ஸ்பூன்

கடலை மாவு - 6 டேபிள் ஸ்பூன்

குதிரைவாலி அரிசி மாவு - 2 டேபிள் ஸ்பூன்

துருவிய மக்காச் சோளம் - 1 1/2 கப்

இஞ்சி, பச்சை மிளகாய் விழுது - 1 டேபிள் ஸ்பூன்

தனியா பொடி - 1 டீ ஸ்பூன்

மிளகாய்ப் பொடி - 1/4 டீ ஸ்பூன்

சாட் மசாலா பொடி - 1 டீ ஸ்பூன்

உப்பு - ருசிக்கேற்ப

சமையல் எண்ணெய் - தேவையான அளவு

செய்முறை:

- ஒரு அகலமான தட்டில் தேவையான பொருள்கள் பட்டியலில் கொடுத்துள்ள அத்தனை பொருள்களையும் போட்டுக் கலந்து, சிறிது தண்ணீர் தெளித்துப் பிசைந்துகொள்ளவும்.
- பிசைந்த மாவை, சின்னச் சின்ன உருண்டைகளாக உருட்டி வைக்கவும்.
- பின், வாணலியை அடுப்பிலேற்றி எண்ணெய் ஊற்றிக் காய்ந்ததும் சூடான எண்ணெயில் உருண்டைகளைப் போட்டு பொன்னிறமாகப் பொரித்து எடுக்கவும்.

63. தினை தால் பக்வான் (Dhal Pakwan)

இது ஒரு சிந்தி ஸ்பெஷல்.

பக்வான் செய்யத் தேவையான பொருள்கள்:

வெறும் வாணலியில் பொன்னிறமாக வறுத்துப் பொடித்த தினை - 2 டேபிள் ஸ்பூன்

மைதா மாவு - 1 கப்

கோதுமை மாவு - 2 டேபிள் ஸ்பூன்

சன்ன வெள்ளை ரவை - 1 டேபிள் ஸ்பூன்

சீரகம் - 1 1/4 டீ ஸ்பூன்

கரகரப்பாகப் பொடித்த மிளகு - 10

உப்பு - ருசிக்கேற்ப

சூடான சமையல் எண்ணெய் - 1 டேபிள் ஸ்பூன்

சமையல் எண்ணெய் - தேவையான அளவு

செய்முறை: - பக்வான்

- ஒரு அகலமான தட்டில் பக்வான் செய்யத் தேவையான அனைத்துப் பொருள்களையும் போட்டு நன்கு கலந்து தண்ணீர் தெளித்து, பூரி மாவு

பதத்தை விடச் சற்று நெகிழ்வான பதத்தில் பிசைந்து ஒரு 10 நிமிடம் மூடி வைக்கவும்.

- *பின் சின்னச் சின்ன உருண்டைகளாக எடுத்து, பூரி மாவு மாதிரி தேய்த்து, ஒரு முள் கரண்டியால் (fork) அங்கும் இங்குமாக குத்தி, சூடான எண்ணெயில் (மிதமான சூட்டில் எண்ணெய் இருப்பது நல்லது) பொன்னிறமாக பொரிக்கவும்.*
- *இந்த பக்வானை ஆற வைத்து காற்று புகாத டப்பாவில் வைத்திருந்தால் 4, 5 நாட்கள் வரை நன்றாக இருக்கும்.*

குறிப்பு:

இந்த பக்வானுக்கு தொட்டுக் கொள்ள ஒரு சிந்தி தால் செய்தால் சுவையும் மணமும் சூப்பரோ சூப்பர்தான் போங்கள்!

சிந்தி தால்

தேவையான பொருள்கள்: - சிந்தி தால்

2 மணி நேரம் ஊற வைத்த கடலைப் பருப்பு - 2 கப்

பொடியாக நறுக்கிய பெரிய வெங்காயம் - 1

பொடியாக நறுக்கிய பச்சை மிளகாய் - 3

உப்பு - ருசிக்கேற்ப

தாளிக்க:

சமையல் எண்ணெய் - 1 டேபிள் ஸ்பூன்

சீரகம் - 1 டீ ஸ்பூன்

மஞ்சள் பொடி - 1/2 டீ ஸ்பூன்

அம்சூர் பொடி - 1/4 டீ ஸ்பூன்

கரம் மசாலா பொடி - 1/2 டீ ஸ்பூன்

மேலே அலங்கரிக்க:

பொடியாக நறுக்கிய கறிவேப்பிலை, கொத்தமல்லித் தழை - சிறிது

அம்சூர் பொடி - சிறிது

கரம் மசாலா பொடி - சிறிது

நெய் - 1 டீ ஸ்பூன்

செய்முறை:

- *ஒரு பிரஷர் குக்கரில் நிதானமான தீயில் சமையல் எண்ணெய் விட்டு தாளிக்கக் கொடுத்துள்ள பொருள்களைப் போட்டுத் தாளித்து, பெரிய வெங்காயம், பச்சை மிளகாயை சேர்த்து வதக்கவும்.*

❖ வெங்காயம் வதங்கியதும் ஊற வைத்த கடலைப் பருப்பைப் போட்டு, 4 கப் தண்ணீர் விட்டு 3 விசில், 10 நிமிடம் சிம்மில் வைத்து இறக்கவும்.

❖ பின் ஆறியதும் குக்கரைத் திறந்து, மீண்டும் அடுப்பில் வைத்து ஒரு கொதி வந்த உடன் இறக்கி அலங்கரிக்கவும்.

64. சாமை பேசன் பாப்ரி

தேவையான பொருள்கள்:

சாமை அரிசி மாவு - 2 டேபிள் ஸ்பூன்

கடலை மாவு - 1 கப்

மைதா மாவு - 1 1/2 டேபிள் ஸ்பூன்

நெய் - 2 டீ ஸ்பூன்

ஓமம் - 1 டீ ஸ்பூன்

மஞ்சள் பொடி - 1/4 டீ ஸ்பூன்

மிளகாய்ப் பொடி - 1/4 டீ ஸ்பூன்

உப்பு - ருசிக்கேற்ப

சமையல் எண்ணெய் - தேவையான அளவு

செய்முறை:

❖ ஒரு அகலமான தட்டில் தேவையான பொருள்களில் கொடுத்துள்ள பொருள்கள் அனைத்தையும் போட்டு நன்கு கலக்கவும்.

❖ தண்ணீர் தெளித்து மாவை, பூரி மாவை விட சற்று நெகிழ்வாகப் பிசைந்து, பெரிய சப்பாத்தியாக இட்டு, டைமண்ட் வடிவில் நறுக்கி வைக்கவும்.

❖ பின் ஒரு வாணலியை அடுப்பிலேற்றி, எண்ணெய் ஊற்றிக் காய்ந்ததும் சூடான எண்ணெயில் நறுக்கி வைத்த டயமண்ட்டுகளைப் போட்டு பொன்னிறமாக ப் பொரித்து எடுக்கவும். ஆற விட்டு காற்று புகாத டப்பாவில் எடுத்து வைக்கவும்.

குறிப்பு

1. ஒரு கப் சூடான டீயுடன் இந்த சாமை பேசன் பாப்ரி மிகவும் ருசியாக இருக்கும்.

2. ஒரு தட்டில் பேசன் பாப்ரியை சிறிது போட்டு, அதன் மேல் ஆலு சப்ஜி (சூடாக இருக்க வேண்டும்) அதன் மேலே இனிப்பு சட்னி, பச்சை சட்னி போட்டு சாப்பிட, சுவை அள்ளும்.

3. இந்த சாமை பேசன் பாப்ரியைச் செய்தவுடன் ஒரு காற்று புகாத டப்பாவில் போட்டு வைத்தால் ஒரு வாரம் வரை வைத்திருந்து சாப்பிடலாம்.

65. [சோளம்] ஜோவர் ஜோ தோதோ

சோளம் வைத்துச் செய்யும் இந்த ஸ்நாக்ஸ், சிந்தி மக்களுக்கு மிகவும் பிடித்த ஒரு உணவு வகை.

தேவையான பொருள்கள்:

சோள மாவு - 2 கப்

பொடியாக நறுக்கிய பெரிய வெங்காயம் - 1

இஞ்சி (துருவியது) - 1 டீ ஸ்பூன்

பொடியாக நறுக்கிய பச்சை மிளகாய் - 4

பொடியாக நறுக்கிய பச்சை கொத்தமல்லி - 1 டேபிள் ஸ்பூன்

சீரகம் - 1 டீ ஸ்பூன்

உப்பு - ருசிக்கேற்ப

மாவு பிசைய - லேசான சூட்டில் இருக்கும் சுடுதண்ணீர்.

சமையல் எண்ணெய் - தேவையான அளவு

செய்முறை:

❖ ஒரு அகலமான தட்டில் மேலே தேவையான பொருள்கள் லிஸ்ட்டில் கொடுக்கப்பட்டுள்ள அனைத்துப் பொருள்களையும் போட்டு இளம் சூடாக இருக்கும் சுடு தண்ணீரை விட்டு நன்கு பிசையவும். மூடி போட்டு மூடி பத்து நிமிடம் வைக்கவும்.

❖ பின் பிசைந்து வைத்த மாவை கோதுமை மாவு அல்லது மைதா மாவைத் தொட்டுக் கொண்டு சப்பாத்திகளாக இடவும். உடையாமல் இட வேண்டும்.

❖ பிறகு சூடான தோசை (நான் ஸ்டிக்) தவாவில் சப்பாத்தியைப் போட்டு, லேசாக பொன்னிறமானதும், நெய் + எண்ணெய் விட்டு பொன்னிறமாகச் சுட்டு பச்சை சட்னி, இனிப்பு சட்னி வைத்து சோள தோதாக்களைப் பரிமாறவும்.

66. குதிரைவாலி பிண்டி சன்னா

இந்த குதிரைவாலி பிண்டி சன்னா ஒரு பஞ்சாபி வகை ஸ்டார்ட்டர்.

தேவையான பொருள்கள்:

வெள்ளைக் கொண்டைக் கடலை - 2 கப்

குதிரைவாலி அரிசி (பொன்னிறமாக வெறும் வாணலியில் வறுத்துப் பொடித்தது) - 2 டேபிள் ஸ்பூன்

பெரிய வெங்காயம் (சன்னமாக நீளமாக நறுக்கியது) - 1 (வதக்கி வைக்கவும்)

வேக வைத்து தோல் எடுத்து நறுக்கி எண்ணெயில் பொன்னிறமாகப் பொரித்த உருளைக் கிழங்கு - 2 (பெரிய கிழங்கு)

பொடியாக நறுக்கிய நறுக்கிய பச்சை மிளகாய் - 3

இடித்த இஞ்சி, பூண்டு - 1 டேபிள் ஸ்பூன்

மஞ்சள்பொடி - 1/4 டீ ஸ்பூன்

சன்னா மசாலா பொடி - 1 டீ ஸ்பூன்

கரம் மசாலா பொடி - 1/2 டீ ஸ்பூன்

மிளகாய்ப் பொடி - 1/2 டீ ஸ்பூன்

சீரகப் பொடி - 1/2 டீ ஸ்பூன்

உப்பு - ருசிக்கேற்ப

சர்க்கரை - 1 1/2 டீ ஸ்பூன்

புளி பேஸ்ட் - 1/4 டீ ஸ்பூன்

பெருங்காய் பொடி - 2 சிட்டிகை

தக்காளி (நறுக்கியது) - 2

தாளிக்க:

சமையல் எண்ணெய் - 2 டேபிள் ஸ்பூன்

ஓமம் - 1 டீ ஸ்பூன்

மேலே அலங்கரிக்க:

பொடியாக நறுக்கிய பச்சை கொத்தமல்லி - சிறிது

எலுமிச்சை சாறு - சிறிது

செய்முறை:

- *கொண்டைக் கடலையை பிரஷர் குக்கரில் வேக வைத்துக்கொள்ளவும். வேக வைக்கும் பொழுது ஒரு டீ பேக் போட்டு வேக வைத்து, பின் டீ பேகை எடுத்து விடவும்.*
- *ஒரு அகலமான, அடிகனமான வாணலியை அடுப்பிலேற்றி, எண்ணெய் ஊற்றிக் காய்ந்ததும் ஓமம் தாளிக்கவும்.*
- *அடுப்பை நிதானமாக எரிய விட்டு, தேவையான பொருள்களில் கொடுத்துள்ள சாமான்களை எல்லாம் ஒன்றன் பின் ஒன்றாகப் போட்டு நன்கு கலந்து, மூடி ஐந்து நிமிடம் சிம்மில் வைத்து, பிறகு இறக்கவும்.*
- *அலங்கரித்து, சூடாக அப்படியே பரிமாறவும்.*

67. சோளம் உருளைக் கிழங்கு க்ரோக்கட்ஸ்

இந்த டிஷ் ரக்ஷா பந்தன் (ராக்கி) ஸ்பெஷல். க்ரோக்கட்ஸ் என்றால் நீள வடிவில் உருட்டிய உருண்டைகள் என்பது பொருள்.

தேவையான பொருள்கள்:

வெறும் வாணலியில் பொன்னிறமாக வறுத்துப் பொடித்த சோளம் - 2 டேபிள் ஸ்பூன்

வேக வைத்து, தோல் எடுத்துத் துருவிய உருளைக் கிழங்கு - 3

துருவிய சீஸ் - 1/4 கப்

துருவிய பன்னீர் - 1/2 கப்

இஞ்சி, பூண்டு (துருவியது) - தலா 1 டீ ஸ்பூன்

பொடியாக நறுக்கிய புதினா இலைகள் - 6 இலைகள்

பொடியாக நறுக்கிய பச்சை கொத்தமல்லி - சிறிது

கார்ன் பிளவர் மாவு - 1 டேபிள் ஸ்பூன்

கரகரப்பாகப் பொடித்த மிளகுப் பொடி - 3/4 டீ ஸ்பூன்

உப்பு - ருசிக்கேற்ப

சமையல் எண்ணெய் - தேவையான அளவு

செய்முறை:

❖ *முதலில் ஒரு அகலமான தட்டில் மேற்கூறிய பொருள்களை எல்லாம் ஒன்றாகப் போட்டு நன்கு கலந்து, நீள வடிவில் உள்ள உருண்டைகளாக உருட்டிக்கொள்ளவும்.*

❖ *பின் அடுப்பில் வாணலி வைத்து எண்ணெய் ஊற்றி நிதானமான சூட்டில் காயவைத்து சூடான எண்ணெயில் உருண்டைகளை இரண்டு இரண்டாகப் போட்டுப் பொன்னிறமாகப் பொரித்து எடுக்கவும்.*

68. தினை எள்ளு பூரி

ஜெயின் ஸ்பெஷலான இந்த டிஷ் மிகவும் சுவையானது.

தேவையான பொருள்கள்:

வெறும் வாணலியில் பொன்னிறமாக வறுத்துப் பொடித்த தினை மாவு - 2 டேபிள் ஸ்பூன்

கோதுமை மாவு - 3 கப்

வெள்ளை எள் - 2 1/2 டேபிள் ஸ்பூன்

கரகரப்பாகப் பொடித்த கறுப்பு மிளகுப் பொடி - 1 டேபிள் ஸ்பூன்

உருக்கிய நெய் - 1 டேபிள் ஸ்பூன்

கடைந்த தயிர் - 1 டேபிள் ஸ்பூன்

உப்பு - ருசிக்கேற்ப

மாவு பிசைய லேசான இளம் சூடான தண்ணீர் - தேவையான அளவு

சமையல் எண்ணெய் - தேவையான அளவு

செய்முறை:

- மேற்கூறிய தேவையான பொருள்கள் அனைத்தையும் ஒரு பெரிய தட்டில் போட்டு நன்கு கலந்து, லேசான சுடு தண்ணீர் விட்டு பூரி மாவு பதத்துக்கு மாவைப் பிசையவும்.
- பின் மாவை பூரிகளாக இட்டு, அடுப்பில் வாணலியில் எண்ணெய் சூடானதும் பூரிகளைப் போட்டு பொன்னிறமாகப் பொரித்து, தால் வைத்துப் பரிமாறவும்.

69. சாமை அரிசி சால்டி காஜா

தேவையான பொருள்கள்:

சாமை அரிசி மாவு - 2 டேபிள் ஸ்பூன்

மைதா மாவு - 2 கப்

சீரகம் - 1 டீ ஸ்பூன்

உருக்கிய நெய் - 1 டேபிள் ஸ்பூன்

உப்பு - ருசிக்கேற்ப

சமையல் எண்ணெய் - தேவையான அளவு

செய்முறை:

- ஒரு அகலமான தட்டில் தேவையான பொருள்களில் கொடுக்கப்பட்டுள்ள அனைத்துப் பொருள்களையும் போட்டு நன்கு கலந்து, தண்ணீர் தெளித்து பூரி மாவு பதத்தைவிட சற்று நெகிழ்த்தியாக மாவை பிசைந்து கொள்ளவும். மூடி பத்து நிமிடம் வைக்கவும்.
- பின் பூரிகளாக இட்டு, முள் கரண்டியால் (Fork) அங்கும், இங்குமாக லேசாக குத்தி, பின் சூடான எண்ணெயில் போட்டு பொரித்தெடுக்கவும்.
- பொரித்த காஜா, வெள்ளை நிறத்தில் இருக்க வேண்டும். நிறம் மாறினால் அழகு போய் விடும்.

குறிப்பு

காற்று புகாத டப்பாவில் போட்டால் இரண்டு வாரம் வரை கெடாமல் இருக்கும்.

காஜாவைப் பரிமாறும் பொழுது அதனுடன் ஊறுகாய், பச்சை சட்னி, வெஜிடபிள் மசாலா வைத்துப் பரிமாறவும்.

70. சாமை அரிசி ஸ்பைஸி மசாலா காஜா

இந்த ஸ்பைஸி மசாலா காஜாவை வட நாட்டு பக்கம் தீபாவளிக்குச் செய்வார்கள்.

தேவையான பொருள்கள்:

சாமை அரிசி மாவு - 3 டேபிள் ஸ்பூன்

கடலை மாவு - 2 கப்

மைதா மாவு - 1/2 கப்

மிளகாய்ப் பொடி - 2 டீ ஸ்பூன்

ஓமம் - 1/2 டீ ஸ்பூன்

சீரகம் - 1/2 டீ ஸ்பூன்

பொடியாக நறுக்கிய பச்சை கொத்தமல்லி - 1 டேபிள் ஸ்பூன்

சூடான சமையல் எண்ணெய் - 1 டேபிள் ஸ்பூன்

உப்பு - ருசிக்கேற்ப

சமையல் எண்ணெய் - தேவையான அளவு

செய்முறை:

- *ஒரு அகலமான தட்டில் தேவையான பொருள்களில் கொடுக்கப்பட்டுள்ள அனைத்துப் பொருள்களையும் போட்டு நன்கு கலந்து, தண்ணீர் தெளித்து பூரி மாவு பதத்தைவிட சற்று நெகிழ்த்தியாக மாவை பிசைந்து கொள்ளவும். மூடி பத்து நிமிடம் வைக்கவும்.*
- *பின் பூரிகளாகத் திரட்டி, ஒரு முள் கரண்டியால் (Fork) இங்கும் அங்குமாக துளைகள் போட்டு, சூடான எண்ணெயில் (மிதமான சூட்டில்) இளம் பொன்னிறமாகப் பொரித்து, காற்று புகாத டப்பாவில் போட்டு வைக்கவும்.*

குறிப்பு

இது இரண்டு வாரங்கள் வரை நன்றாக இருக்கும். மேத்தி மட்டர் மலாய் சப்ஜியுடன் பரிமாற சூப்பரோ சூப்பர்.

71. குதிரைவாலி ஜட்பட் டோக்ளா

அரைமணி நேரத்தில் செய்ய இந்த டோக்ளா மிகவும் சுலபமான அயிட்டம். குழந்தைகள் பள்ளியிலிருந்து வருவதற்குள் இதனைத் தயாரித்து விடலாம்.

தேவையான பொருள்கள்:

குதிரைவாலி அரிசி ரவை - 3 டேபிள் ஸ்பூன்

வெள்ளை ரவை - 1 1/4 கப்

பொடியாக நறுக்கி வேக வைத்த பீன்ஸ், காரட், பட்டாணி - தலா 1/4 கப்

இஞ்சி, பச்சை மிளகாய் விழுது - 1 டேபிள் ஸ்பூன்

சூடான சமையல் எண்ணெய் - 1 டேபிள் ஸ்பூன்

மோர் (நன்கு கடைந்தது) - 2 கப்

உப்பு - ருசிக்கேற்ப

ஈநோ ஃப்ரூட் சால்ட் - 1 1/2 டீ ஸ்பூன்

தாளிக்க:

சமையல் எண்ணெய் - 1/2 டேபிள் ஸ்பூன்

கடுகு - 1 டீ ஸ்பூன்

வெள்ளை எள் - 1 டீ ஸ்பூன்

பெருங்காயப் பொடி - 1/4 டீ ஸ்பூன்

பொடியாக நறுக்கிய கறிவேப்பிலை - சிறிது

செய்முறை:

- *ஒரு அகலமான பாத்திரத்தில் குதிரைவாலி அரிசி ரவை, வெள்ளை ரவை, தேவையான உப்பு, வேக வைத்த காய்கறிகள், இஞ்சி, பச்சை மிளகாய் விழுது, மோருடன் சூடான எண்ணெயும் ஊற்றி நன்கு கலந்து, 20 நிமிடம் மூடி வைக்கவும்.*
- *பிறகு 2 டீ ஸ்பூன் தண்ணீரில் ஃப்ரூட் சால்டைக் கலந்து மாவில் விட்டு, ஒரு எண்ணெய் தடவிய தட்டில் விட்டு ஆவியில் 10 நிமிடம் வேக வைத்து எடுக்கவும்.*
- *அடுத்து அடுப்பில் வாணலி வைத்து எண்ணெய் ஊற்றிக் காய்ந்ததும் தாளிக்கக் கொடுத்துள்ளதைப் போட்டுத் தாளித்து, போக்ளா மேல் விடவும். பின் வில்லைகள் போட்டு, பச்சை சட்னி, இனிப்பு சட்னி வைத்துப் பரிமாறவும்.*

72. சோளம் மிசள்

மிசள் - ஒரு மராட்டிய வகை உணவு. எல்லோருக்கும் பிடித்தமானது.

தேவையான பொருள்கள்:

வெறும் வாணலியில் பொன்னிறமாக வறுத்துப் பொடித்த சோளப் பொடி - 2 டேபிள் ஸ்பூன்

வேக வைத்து தோல் எடுத்து சற்றுப் பெரிய துண்டுகளாக நறுக்கிய உருளைக் கிழங்கு - 5

வறுத்த வேர்க்கடலை (ஒன்றும் பாதியுமாகப் பொடித்தது) - 1/4 கப்

வறுத்த வேர்க்கடலை (பாதியாக உடைத்தது) - 1/4 கப்

உப்பு - ருசிக்கேற்ப

சர்க்கரை - 1 டீ ஸ்பூன்

தாளிக்க:

நெய் - 3 டேபிள் ஸ்பூன்

சீரகம் - 2 டீ ஸ்பூன்

பொடியாக நறுக்கிய பச்சை மிளகாய் - 4

பொடியாக நறுக்கிய இஞ்சி - 1 டேபிள் ஸ்பூன்

மேலே அலங்கரிக்க:

பொடியாக நறுக்கிய பச்சை கொத்தமல்லி - 2 டேபிள் ஸ்பூன்

நீளமா, சன்னமாக தோல் எடுத்து நறுக்கிப் பொரித்த உருளைக் கிழங்கு சிப்ஸ் (பட்டாடா சிவ்டா) - 1/2 கப்

சன்ன ஓமப் பொடி - 1/4 கப்

இனிப்பு சட்னி - சிறிது

பச்சை சட்னி - சிறிது

செய்முறை:

- ஒரு நான் ஸ்டிக் வாணலியை அடுப்பிலேற்றி, நெய் விட்டுக் காய்ந்ததும், தாளிக்கக் கொடுத்தவற்றைத் தாளித்து, பின் தேவையான பொருள்களில் கொடுத்துள்ள அனைத்துப் பொருள்களையும் போட்டுக் கலந்து, கூடவே ஒரு கப் தண்ணீர் விட்டு நன்கு கொதிக்கவிடவும்.
- நன்கு கொதிக்கும்போது, மசித்து, கலவை சற்றுக் கெட்டியானதும், இறக்கி அலங்கரித்து சூடாகப் பரிமாறவும்.

73. கொள்ளு வேர்க் கடலை உருளை மிக்ஸ்

தேவையான பொருள்கள்:

வேக வைத்த கொள்ளு (லேசாக மசித்தது) - 3 டேபிள் ஸ்பூன்

வேக வைத்து தோல் எடுத்து, துண்டுகளாக நறுக்கிய உருளைக் கிழங்கு - 2 கப்

வாழைக்காய் சிப்ஸ் - 1 கப்

பொடியாக நறுக்கிய பச்சை கொத்தமல்லித்தழை - 2 டேபிள் ஸ்பூன்

வறுத்த சீரகத் தூள் - 1 டீ ஸ்பூன்

கறுப்பு உப்பு (காலா நமக்) - 1/2 டீ ஸ்பூன்

சாட் மசாலா - 1/2 டீ ஸ்பூன்

பானி பூரி (லேசாக உடைத்தது) - 2 கை

உப்பு - ருசிக்கேற்ப

பொடியாக நறுக்கிய பச்சை மிளகாய் - 3

துருவிய காரட் - 1/2 கப்

சூடான சமையல் எண்ணெய் 1 டேபிள் ஸ்பூன்

எலுமிச்சை சாறு - 1 டேபிள் ஸ்பூன்

வறுத்த வேர்க் கடலை - 1/2 கப்

மாதுளை முத்துக்கள் - 1 கை

மேலே தூவ:

சன்ன ஓமப் பொடி - 2 கை

சிகப்பு பூண்டு சட்னி - 1 டீ ஸ்பூன்

செய்முறை:

❖ ஒரு அகலமான பாத்திரத்தில் மேற்கூறிய அனைத்துப் பொருள் களையும் போட்டு நன்கு குலுக்கி, ஓமப் பொடி, பூண்டு சட்னி தூவி உடனே பரிமாறவும். கலந்து நேரமாகி விட்டால் சதசதத்து விடும்.

74. கம்பு, சுரைக்காய் குர்குரி

தேவையான பொருள்கள்:

லேசாக வறுத்த கம்பு மாவு - 1/4 கப்

கடலை மாவு - 1 கப்

அரிசி மாவு - 1/2 கப்

பொடியாக நறுக்கிய சுரைக்காய் - 1/2 கப்

மிளகாய்ப் பொடி - 1 டீ ஸ்பூன்

கரகரப்பாக பொடித்த தனியா - 1 டேபிள் ஸ்பூன்

பொடியாக நறுக்கிய அரை கீரை - 1 கை

சீரகம் - 1 டீ ஸ்பூன்

தட்டிய இஞ்சி, பூண்டு - 1 டேபிள் ஸ்பூன்

உப்பு - ருசிக்கேற்ப

உருக்கிய சூடான நெய் - 1 டேபிள் ஸ்பூன்

சமையல் சோடா - 1/4 டீ ஸ்பூன்

சமையல் எண்ணெய் - தேவையான அளவு

செய்முறை:

❖ ஒரு அகலமான தட்டில் உருக்கிய நெய், சோடா, உப்பு போட்டு நன்கு குழைக்கவும். பின்பு தேவையான பொருள்களில் கொடுத்துள்ள மற்ற

அனைத்துப் பொருள்களையும் போட்டு, தண்ணீர் தெளித்து, பக்கோடா மாவு போல் பிசைந்துகொள்ளவும்.

❖ அடுத்து அடுப்பில் வாணலி வைத்து எண்ணெய் ஊற்றிக் காய்ந்ததும், பிசைந்து வைத்த மாவை கிள்ளிக் கிள்ளி, சூடான எண்ணெயில் போட்டுப் பொன்னிறமாகப் பொரித்து எடுக்கவும்.

75. வரகரிசி, பீன்ஸ், காரட் சாப்ஸ்

தேவையான பொருள்கள்:

வாணலியில் பொன்னிறமாக வறுத்துப் பொடித்த வரகரிசி பொடி - 1/4 கப்

வேக வைத்து தோல் எடுத்த உருளைக் கிழங்கு (மசித்தது) - 5

வேக வைத்து, பொடியாக நறுக்கிய பீன்ஸ், காரட் - தலா 3 டேபிள் ஸ்பூன்

துருவிய பீட்ரூட் - 1

வேக வைத்த பச்சை பட்டாணி - 1/4 கப்

உப்பு - ருசிக்கேற்ப

இஞ்சி, பூண்டு, பச்சை மிளகாய் விழுது - 2 டேபிள் ஸ்பூன்

எலுமிச்சை சாறு - 1 டேபிள் ஸ்பூன்

கார்ன் ஃபிளவர் - 1/4 கப்

பொடியாக நறுக்கிய பச்சை கொத்தமல்லி - சிறிது

சாட் மசாலா - 1/2 டீ ஸ்பூன்

காரட் சாப்ஸ் சுட்டு எடுக்க:

சமையல் எண்ணெய் - தேவையான அளவு

ரொட்டித் தூள் (Bread Crumbs) - தேவையான அளவு

செய்முறை:

❖ ஒரு அகலமான தட்டில் தேவையான பொருள்களில் கொடுத்துள்ள அனைத்துப் பொருள்களையும் போட்டு, நன்கு கலந்து, சன்னமாக, நீளமாக உருட்டி லேசாக அமுக்கி (விள்ளாமல், விரியாமல் பார்த்துக் கொள்ளவும்) ரொட்டித் தூளில் புரட்டி ஒரு தட்டில் வைக்கவும்.

❖ பின் சூடான நான் ஸ்டிக் தோசைக் கல்லில் போட்டு பொன்னிறமாகச் சுட்டு, இரு புறமும் சமையல் எண்ணெய் விட்டு எடுக்கவும்.

குறிப்பு:

இந்த சாப்ஸை லேசாகப் பிய்த்து ஒரு தட்டில் போட்டு, இதன் மேலே சூடான கொதிக்கும் சன்னா மசாலாவை விட்டு, மேலே பச்சை சட்னி, இனிப்பு சட்னி, பொடியாக நறுக்கிய வெங்காயம், பொடியாக நறுக்கிய பச்சை கொத்தமல்லி, கருப்பு உப்பு (சிறிது) தூவி, மேலே சன்ன ஓமப் பொடி தூவி, பரிமாறவும்.

81

சிறு தானிய ஸ்வீட்ஸ்

76. தினை கசகசா பாயசம்

இது ஒரு கர்நாடகா ஸ்பெஷல். சூடான பிஸிபேளா பாத் சாப்பிட்ட பிறகு இந்தப் பாயசத்தை அருந்தினால் தேவாமிர்தம்தான்.

தேவையான பொருள்கள்:

வாணலியில் பொன்னிறமாக வறுத்துப் பொடித்த தினை - 2 டேபிள் ஸ்பூன்

ஒரு மணி நேரம் ஊற வைத்த கசகசா - 1/2 கப்

ஒரு மணி நேரம் ஊற வைத்த பச்சரிசி - 2 டேபிள் ஸ்பூன்

துருவிய தேங்காய் - 1/2 கப்

துருவிய வெல்லம் - 1 3/4 கப்

ஏலப் பொடி - 1/4 டீ ஸ்பூன்

பாதாம், முந்திரி விழுது - தலா 1 டேபிள் ஸ்பூன்

நெய் - 1 டேபிள் ஸ்பூன்

காய்ச்சிய கெட்டியான பால் - 1 கப்

செய்முறை முன்னேற்பாடு:

- *கசகசா, அரிசியை வடிகட்டி, 1/2 கப் தண்ணீர் விட்டு அரைத்து வடிகட்டவும்.*
- *அடுத்து வெல்லத்தில் 2 கப் தண்ணீர் விட்டுக் கொதிக்க வைத்து (1 கம்பி பதம்) பாகு வரும் வரை வைத்து வடிகட்டவும்.*
- *தேங்காயை அரைத்து வைக்கவும்.*

பாயசம் செய்முறை:

- *முதலில் ஒரு அகலமான, அடிகனமான வாணலியை அடுப்பிலேற்றி, நிதானமான தீயில் அரிசி, கசகசா விழுதைப் போட்டு அடி பிடிக்காமல் கிளறவும். அடி பிடித்தால் நிறம், ருசி மாறி விடும்.*
- *அடுப்பைச் சிம்மில் வைக்கவும். மூன்று நிமிடம் கழித்து, அதில் வறுத்த தினைப் பொடியைப் போட்டுக் கிளறி, வெல்லப் பாகை விட்டு கொதிக்க வைக்கவும். கெட்டியான பாலைவிட்டு கலக்கவும்.*
- *பின் அதில் பாதாம், முந்திரி விழுதைப் போட்டு கட்டி இல்லாமல் கிளறி இரண்டு நிமிடம் கழித்து, ஏலப் பொடி போட்டு, அடுப்பிலிருந்து இறக்கி, நெய் விட்டு கலந்து சூடாக பருகத் தரவும். குளிர்சாதனப் பெட்டியில் வைத்து சில்லென்றும் பரிமாறலாம்.*

77. சாமை அரிசி, ஏத்தக்கா அப்பம்

இது ஒரு கேரள ஸ்பெஷல். ஏத்தக்கா என்பது நேந்திரம் பழம்.

தேவையான பொருள்கள்:

சாமை அரிசி மாவு - 1/2 கப்

மைதா மாவு - 1 கப் / 1 3/4 கப் தண்ணீர்

பொடித்த சர்க்கரை - 3 டீ ஸ்பூன்

சமையல் சோடா - 1 சிட்டிகை

நேந்திரம் பழம் - 6 (ஒரு பழத்தை 3 நீள துண்டுகளாக நறுக்கவும்).

சமையல் எண்ணெய் - தேவையான அளவு

செய்முறை:

❖ முதலில் ஒரு அகலமான பாத்திரத்தில் சாமை அரிசி மாவு, மைதா மாவு, சோடா, சர்க்கரைப் பொடி போட்டு நன்கு கலக்கவும்.

❖ பின் அதில் 3/4 கப் தண்ணீர் விட்டு பஜ்ஜி மாவு பதத்துக்குக் கரைக்கவும். மாவு கெட்டியாக இருந்தால் இன்னும் சிறிது தண்ணீர் சேர்க்கவும்.

❖ அடுத்து ஒரு வாணலியில் எண்ணெய் ஊற்றிக் காய்ந்ததும் (எண்ணெய் காய்ச்சல் மிதமாக இருக்கட்டும்) நேந்திரம் பழத் துண்டுகளை மாவில் முக்கி, சூடான எண்ணெயில் போட்டு பொன்னிறமாக பொரித்து எடுத்துப் பரிமாறவும்.

78. வரகு, தேங்காய் கடலை மாவு பர்பி

தேவையான பொருள்கள்:

பொன்னிறமாக வறுத்துப் பொடித்த வரகரிசி பொடி - 2 டேபிள் ஸ்பூன்

கடலை மாவு - 1 கப்

துருவிய தேங்காய் - 1 கப்

பால் - 1 கப்

சர்க்கரை - 3 கப்

சூடான பாலில் கரைத்த குங்குமப் பூ - ஒரு சிட்டிகை

மிக மிக பொடியாக நறுக்கிய முந்திரித் துண்டுகள் - 1/4 கப்

நெய் - 1 கப்

பால் பவுடர் - 1/4 கப்

செய்முறை:

❖ ஒரு அகலமான, அடி கனமான வாணலியில் முதலில் சிறிது நெய் விட்டுச் சூடானதும் துருவிய தேங்காயை லேசாக சிம்மில் ஐந்து நிமிடம் வறுக்கவும். ஒரு தட்டில் எடுத்து வைக்கவும்.

❖ பின் மீண்டும் வாணலியில் நெய் விட்டு, முந்திரி பருப்பைப் பொன்னிறமாக வறுத்து தேங்காயோடு போடவும்.

❖ அடுத்து மறுபடியும் வாணலியில் எல்லா நெய்யையும் விட்டு, கடலை மாவை இரண்டு நிமிடம் நிதானமான தீயில் வறுத்து, பின் வறுத்த தேங்காய், முந்திரி, பால், வரகரிசி மாவு, சர்க்கரை, பால் பவுடர், குங்குமப் பூ போட்டு அடி பிடிக்காமல் கலவை வாணலியில் ஒட்டாமல் வரும் வரை கிளறி நெய் தடவிய தட்டில் கொட்டவும்.

❖ ஆறியதும் வில்லைகள் போடவும். பரிமாறவும்.

குறிப்பு:

பர்பி கலவை வாணலியில் ஒட்டாமல் சுருண்டு வரும் பொழுது கொஞ்சமாக எடுத்து, ஒரு தட்டில் போட்டு, ஆறியதும் கையில் எடுத்து உருட்ட வந்தால் பதம் பர்ப்பெக்ட்.

79. குதிரைவாலி அரிசி ஃபிர்னி

இந்த குதிரைவாலி ஃபிர்னி மிகுந்த ருசிகரமான இனிப்பாகும். உண்ண உண்ண ஆசையாக இருக்கும். படு பிரமாதமான டிஷ்.

தேவையான பொருள்கள்:

குதிரைவாலி அரிசி - 1 கப் (கழுவி, தண்ணீரில் ஒரு மணி நேரம் ஊற வைத்து ரவையாக அரைக்கவும்)

பால் - 1 1/2 லிட்டர்

சர்க்கரை - 1 கப் (இனிப்பு தூக்கலாக வேண்டும் என்றால் சிறிது கூட்டிக் கொள்ளலாம்).

சூடான பாலில் கரைத்த குங்குமப் பூ - சிறிது

ஏலப் பொடி - சிறிது

கரகரப்பாக அரைத்த பாதாம் விழுது - 1/4 கப்

சர்க்கரை சேர்த்த பால்கோவா - 2 கை

மேலே தூவ:

சுடு தண்ணீரில் 1/2 மணி நேரம் ஊற வைத்து தோல் எடுத்து, சன்னமாக, நீளமாக நறுக்கிய பாதாம் துண்டுகள் - 2 டேபிள் ஸ்பூன்

84

செய்முறை:

❖ முதலில் ஒரு அகலமான, அடி கனமான வாணலியை அடுப்பில் வைத்து, பாலை விட்டுக் காய்ச்சவும். பால் பொங்கி வரும் பொழுது, அடுப்பை சிம்மில் வைத்து, அரைத்த குதிரைவாலி அரிசி ரவையைச் சேர்த்து வேகவிடவும்.

❖ குதிரைவாலி அரிசி ரவை வெந்ததும் (அடி பிடிக்காமல் பார்த்துக் கொள்ளவும்). பாதாம் அரவையைச் சேர்த்து, குங்குமப் பூ, ஏலப் பொடி போட்டு சர்க்கரை சேர்க்கவும். பின் பத்து நிமிடம் நிதானமான தீயில் கொதிக்க விடவும்.

❖ பத்து நிமிடத்துக்குப் பிறகு, பால்கோவா சேர்த்துக் கிளறி, கலவை தோசை மாவு பதம் வரும் பொழுது இறக்கி, வைக்கவும். பாதாம் துண்டுகளை தூவி, குளிர்சாதனப் பெட்டியல் வைத்துப் பரிமாறவும்.

குறிப்பு:

குதிரைவாலி அரிசி ஃபிர்னியை நான்கு மணி நேரம் குளிர்சாதனப் பெட்டியில் வைத்துப் பின் பரிமாறினால் சுவையோ சுவைதான்!

80. வரகு ராவே

இது ஒரு பால் விட்டு தயாரிக்கப்படும் கேசரி.

தேவையான பொருள்கள்:

வேக வைத்து சற்று மசித்த வரகரிசி சாதம் - 1/4 கப்

வெள்ளை ரவை - 1 கப்

சர்க்கரை - 1 3/4 கப்

கொதிக்கும் பால் - 2 3/4 கப்

ஏலப் பொடி - 1/4 டீ ஸ்பூன்

ஜாதிக்காய் பொடி - 2 சிட்டிகை

தாளிக்க:

நெய் - தேவையான அளவு

பொடியாக நறுக்கிய முந்திரி - 10

அலங்கரிக்க:

பாதாம் சீவல் - சிறிது

மேலே தூவ:

கொதிக்கும் பாலில் ஒரு சிட்டிகை குங்குமப் பூ போட்டு நன்கு கரைக்கவும்.

செய்முறை:

- முதலில் அடிகனமான வாணலியை அடுப்பில் வைத்து நெய் விட்டுச் சூடானதும், முந்திரி துண்டுகளைப் போட்டு வறுத்து (பொன்னிற மாக) தனியே எடுத்து வைக்கவும்.
- பின் அதே வாணலியில் நிதானமான தீயில் ரவையை ஒரு ஐந்து நிமிடம் வறுத்து, பின் தீயைக் குறைத்து, பாலை விடவும்.
- பால் கொதித்து ரவை வெந்ததும், வேக வைத்த வரகரிசி, சர்க்கரை, ஏலப் பொடி, ஜாதிக்காய் பொடி சேர்த்து, சுருளக் கிளறி, வாணலியில் ஒட்டாமல் பந்து மாதிரி வந்தவுடன், அடுப்பிலிருந்து இறக்கி, அலங்கரித்து, குங்குமப் பூ தெளித்து, சூடாகப் பரிமாறவும்.

81. தினை பூரி பாயசம்

இது ஒரு பண்டிகை ஸ்பெஷல். கொஞ்சம் மெனக்கெட்டால், இரண்டு பாகமாகச் செய்து வைக்கலாம். ருசி பலே.

தேவையான பொருள்கள்: 1- பூரி செய்ய:

வாணலியில் பொன்னிறமாக வறுத்துப் பொடித்த தினை மாவு - 2 டேபிள் ஸ்பூன்

மைதா மாவு - 1/2 கப்

கோதுமை மாவு - 1/2 கப்

வெள்ளை ரவை - 3 டேபிள் ஸ்பூன் (லேசாகப் பொடிக்கவும்)

சூடான பாலில் ஊற வைத்த குங்குமப் பூ - சிறிது

ஏலப் பொடி - 1/4 டீ ஸ்பூன்

உருக்கிய நெய் - 2 டேபிள் ஸ்பூன்

சமையல் எண்ணெய் - தேவையான அளவு

செய்முறை: 1 - பூரி செய்ய:

- மேற்கூறிய பொருள்களை தண்ணீர் தெளித்து, ஒரு அகலமான தட்டில் போட்டு கெட்டியாக (பூரி மாவு பதத்துக்கு) பிசையவும்.
- ஒரு எலுமிச்சை அளவு உருண்டை எடுத்து சரியாக இட்டு, சதுரமாகவோ அல்லது டைமண்ட் வடிவிலோ நறுக்கி, அடுப்பில் வாணலியில் சூடான எண்ணெயில் பொன்னிறமாகப் பொரித்து ஆற வைத்து காற்றுப் புகாத டப்பாவில் போட்டு வைக்கவும்.

அடுத்து பாயசம் செய்யத் தேவையான பொருள்கள்:

சுடு நீரில் ஊற வைத்து நைசாக அரைத்த பாதாம், முந்திரி - 3 டேபிள் ஸ்பூன்

கரகரப்பாகப் பொடித்த பிஸ்தா பொடி - 2 டேபிள் ஸ்பூன்

சாரைப் பருப்பு - சிறிது

சூடான பாலில் ஊற வைத்த குங்குமப் பூ - சிறிது

பச்சைக் கற்பூரம் - 1 சிட்டிகை

சர்க்கரை சேர்க்காத பால்கோவா - 2 கை அளவு

சிறிது சுண்டக் காய்ச்சிய பால் - 10 கப்

சர்க்கரை - 4 கப் + 4 டேபிள் ஸ்பூன்

ஏலப் பொடி - 2 சிட்டிகை

பாயாசம் செய்முறை:

❖ ஒரு அகலமான அடிகனமான, வாணலியை அடுப்பிலேற்றி, பால், சர்க்கரை, குங்குமப் பூ போட்டு, ஒரு கொதி வந்தவுடன், சிம்மில் வைக்கவும்.

❖ மேலும் ஐந்து நிமிடம் பால் கொதித்த பிறகு, அரைத்த பாதாம் முந்திரி கலவை, பிஸ்தா பொடி, சாரைப் பருப்பு, பால்கோவா, பச்சைக் கற்பூரம், ஏலப் பொடி போட்டு ஒரு கிளறு கிளறி இறக்கவும்.

பரிமாறும் முறை:

❖ பாயசம் சூடாக இருக்க வேண்டும். பூரியைப் பாயசத்தில் போட்டு இரண்டு நிமிடம் ஊற வைத்துப் பின் பரிமாறவும். அதிக நேரம் பூரி ஊறினால் நன்றாக இருக்காது. பாயசம் மொத்தையாகி விடும்.

குறிப்பு:

பூரியைப் பொரித்து முதல் நாளே ஒரு நல்ல காற்று புகாத டப்பாவில் போட்டு வைக்கலாம்.

82. சாமை அரிசி கல்கண்டு பாத்

தேவையான பொருள்கள்:

சாமை அரிசி - 2 கப்

கல்கண்டு - 1 கப் + 1 டேபிள் ஸ்பூன் பொடித்த கல்கண்டு பொடி

குங்குமப் பூ (சூடான பாலில் ஊற வைக்கவும) - சிறிது

ஜாதிக்காய் பொடி - 2 சிட்டிகை

நெய்யில் பொன்னிறமாகப் பொரித்த முந்திரி, திராட்சை - தலா 1 டேபிள் ஸ்பூன்

சுண்டக் காய்ச்சிய பால் - 1 கப்

நெய் - 1 டேபிள் ஸ்பூன்

செய்முறை:

❖ சாமை அரிசியை 15 நிமிடம் ஊற வைக்கவும்; பின்பு சற்று குழைய வேக வைக்கவும்.

❖ ஒரு நான் ஸ்டிக் வாணலியை அடுப்பிலேற்றி, அதில் வேக வைத்த சாமை அரிசி சாதத்தைப் போடவும். பின் பொடித்த கல்கண்டு பொடி, குங்குமப் பூ சேர்த்து நிதானமான தீயில் கிளறவும். அடி பிடிக்காமல் பார்த்துக் கொள்ளவும்.

❖ பின் ஜாதிக்காய்ப் பொடி, சுண்டக் காய்ச்சிய பால் சேர்த்துக் கிளறி, கலவை சற்றுத் தளர இருக்கும் பொழுது, இறக்கி, நெய்யில் வறுத்த முந்திரி, திராட்சை சேர்த்துப் பரிமாறவும்.

❖ கல்கண்டு பாத் உடன் சூடான காய்கறி வடை சேர்த்து பரிமாறினால் சுவை சூப்பரோ சூப்பர்.

குறிப்பு:

இனிப்பு சற்று அதிகம் வேண்டும் என்று தோன்றினால், 2 டேபிள் ஸ்பூன் பொடித்த சர்க்கரைப் பொடியைச் சேர்க்கவும். பொடித்த சர்க்கரை, பொடித்த கல்கண்டு சேர்க்கும் பொழுது கலவை நீர்த்துப் போகாமல் இருக்கும்.

83. தினை அரிசி சிவராத்திரி பூரி

இந்தத் தினை அரிசி சிவராத்திரி பூரி மிகவும் ருசியானது. இதனுடன் தொட்டுக் கொள்ள ரட்டோலி மீட்டா சப்ஜி செய்து வைத்தால் இன்னும் அதிக ருசியைக் கொடுக்கும்.

தினை மாவு பூரி செய்யத் தேவையான பொருள்கள்:

வறுத்து பொடித்த தினை மாவு - 2 டேபிள் ஸ்பூன்

கோதுமை மாவு - 1 1/4 கப்

உப்பு - 1 சிட்டிகை

பூரி மாவு பிசைய - தேவையான அளவு தண்ணீர்

பூரி சுட்டு எடுக்க

சமையல் எண்ணெய் - தேவையான அளவு

பூரி செய்முறை:

❖ ஒரு அகலமான தாம்பாளத்தில் கோதுமை மாவு, தினை மாவு, ஒரு சிட்டிகை உப்பு அனைத்தையும் போட்டுக் கலக்கவும்.

❖ பின் தண்ணீர் தெளித்து, பூரி மாவு பதத்துக்கு மாவு பிசைந்து ஐந்து நிமிடம் வைத்து, பூரிகளாக இடவும்.

* *பின் அடுப்பில் வாணலி வைத்து எண்ணெய் ஊற்றிக் காய்ந்ததும் சூடான எண்ணெயில் பூரிகளைப் போட்டு பொன்னிறமாகப் பொரித்து, சூடாகப் பரிமாறவும்.*

ரட்டோலி மீட்டா சப்ஜி செய்யத் தேவையான பொருள்கள்:

தோலுடன் சற்று தடிமனான வில்லைகளாக நறுக்கி வேக வைத்த சர்க்கரை வள்ளிக் கிழங்கு - 2 கப்

வெல்லப் பாகு (பாகு வெல்லம் பயன்படுத்தினால் நன்றாக இருக்கும்) - 1 கப் (1 கம்பி பதம்) பாகு பதம்

சுக்குப் பொடி - லி டீ ஸ்பூன்

ஏலப் பொடி - 1/4 டீ ஸ்பூன்

நெய் - 1 டீ ஸ்பூன்

செய்முறை:

* *அடி கனமான வாணலியை அடுப்பிலேற்றி, வெல்லப் பாகை விட்டு, மூன்று நிமிடம் கொதிக்க வைக்கவும்.*
* *நன்கு கொதித்த பின் மற்ற அனைத்துப் பொருள்களையும் கலந்து, ஐந்து நிமிடம் நிதானமான தீயில் கொதிக்க வைத்து, இறக்கவும். அவ்வளவுதான் சூடான ரட்டோலி மீட்டா சப்ஜி ரெடி. சூடான சப்ஜியை சுடச் சுட தினை அரிசி சிவராத்திரி பூரியுடன் பரிமாறவும்.*

குறிப்பு:

இந்தப் பூரியுடன் நம் பிரியமான உருளை மசால் கூட நல்ல காம்பினேஷன்.

84. செட்டி நாட்டு குதிரைவாலி அரிசி உக்ரா

உக்ரா மிகவும் ருசியான இனிப்பு. தின்னத் தின்ன திகட்டாது. செய்து குடும்பத்துடன் சுவைத்து கலக்குங்கள்.

தேவையான பொருள்கள்:

குதிரைவாலி அரிசி ரவை - 3/4 கப் (சிறிது தண்ணீரில் பிசிறி வைக்கவும்)

பாசி பருப்பு - 3/4 கப் (ஊற வைக்கவும் 1/2 மணி ஊற வைத்து வடிகட்டவும்)

வெல்லம் - 3/4 கப் (பொடிக்கவும்)

ஏலப் பொடி - 1/2 டீ ஸ்பூன்

நெய் - 3 டேபிள் ஸ்பூன்

மேலே அலங்கரிக்க:

பொடியாக நறுக்கிய முந்திரிப் பருப்பு - 1 டேபிள் ஸ்பூன்

நெய்யில் பொன்னிறமாக வறுத்துக் கொள்ளவும்.

செய்முறை:

- ❖ *வெல்லத்தைச் சிறிது தண்ணீரில் கரைய விட்டு 1 கம்பி பாகு காய்ச்சி, வடிகட்டி, மறுபடியும் ஐந்து நிமிடம் கொதிக்க வைக்கவும்.*
- ❖ *பின் பாசி பருப்பையும், குதிரைவாலி ரவையையும், ஆவியில் பத்து நிமிடம் வேக வைக்கவும்.*
- ❖ *அடுத்ததாக அடிகனமான ஒரு வாணலியை அடுப்பிலேற்றி, நிதானமான தீயில் வெல்லப் பாகு, வேக வைத்த குதிரைவாலி அரிசி ரவை, வேக வைத்த பாசிப் பருப்பு, நெய், ஏலப் பொடி போட்டு உதிராகும்வரை கிளறி, அலங்கரித்து, சூடாகப் பரிமாறவும்.*

குறிப்பு:

இனிப்பை விருப்பத்திற்கு ஏற்றபடி கூட்டியும், குறைத்தும் போட்டுக் கொள்ளலாம்.

85. வரகு கேசர் ரப்ரி

தேவையான பொருள்கள்:

கெட்டியான பால் - 2 லிட்டர்

வேக வைத்த வரகரிசி - 2 டேபிள் ஸ்பூன்

சர்க்கரை - 3/4 கப் (பொடித்தது)

குங்குமப் பூ - 2 சிட்டிகை (சூடான பாலில் ஊற வைக்கவும்)

மிக மிக மிக பொடியாக நறுக்கிய பாதாம், முந்திரி, பிஸ்தா - 1/2 கப்

செய்முறை:

- ❖ *பாலை ஒரு அகலமான, அடிகனமான கடாயில் விட்டு நிதானமான தீயில் பால் ஒரு லிட்டர் ஆகும் வரை சுண்டக் காய்ச்சவும்.*
- ❖ *பின்பு, குங்குமப் பூ, வேக வைத்த வரகரிசியைப் போட்டு 4, 5 கொதி வந்தவுடன், சர்க்கரைப் பொடியைச் சேர்த்து, பத்து நிமிடம் கொதிக்க வைத்து, பின் நறுக்கிய பாதாம், முந்திரி, பிஸ்தாவைச் சேர்த்து இறக்கவும்.*

86. சோள, தினை மால்பூவா

இந்தச் சோள தினை மால்பூவாவை மேலே கொடுத்திருக்கும் வரகு கேசர் ரப்ரியுடன் பரிமாற சுவை ஓஹோ!

மால்பூவா செய்யத் தேவையான பொருள்கள்:

பொன்னிறமாக வறுத்துப் பொடித்த சோள மாவு - 1 டீ ஸ்பூன்

பொன்னிறமாக வறுத்துப் பொடித்த தினை மாவு - 2 டீ ஸ்பூன்

மைதா - 4 டேபிள் ஸ்பூன்

வெள்ளை ரவை - 3 டேபிள் ஸ்பூன்

துருவிய சர்க்கரை சேர்க்காத பால்கோவா - 1/2 கப்

சற்று கரகரப்பாக பொடித்த சோம்பு - 1/2 டீ ஸ்பூன்

ஏலப் பொடி - 1/4 டீ ஸ்பூன்

தண்ணீர் - 1/2 கப் அல்லது 3/4 கப்

சமையல் எண்ணெய் - தேவையான அளவு

நெய் - 2 டேபிள் ஸ்பூன்

செய்முறை:

❖ மால்பூவா செய்யக் கொடுத்துள்ள பொருள்களை தண்ணீர் விட்டு, தோசை மாவு பதத்துக்கு கலக்கவும். பின் கலந்த மாவை பத்து நிமிடம் ஊற வைக்கவும்.

❖ பின் ஒரு வாணலியை அடுப்பிலேற்றி, சமையல் எண்ணெய், நெய் விட்டுச் சூடாக்கவும். பின் நிதானமான தீயில் வைக்கவும். சின்னக் குழிக் கரண்டியில் மாவை எடுத்து எண்ணெய் நெய்க் கலவையில் மெதுவாக விடவும். பொன்னிறமாகப் பொரித்து சூடான சர்க்கரைப் பாகில் முக்கி எடுத்து, தட்டில் அடுக்கவும்.

சர்க்கரைப் பாகு செய்ய தேவையான பொருள்கள்:

சர்க்கரை - 1 1/4 கப்

தண்ணீர் - 2 கப்

குங்குமப்பூ - 4 இதழ்கள்

சர்க்கரைப் பாகு செய்யும் முறை:

❖ அடி கனமான ஒரு வாணலியை அடுப்பிலேற்றி, சர்க்கரை, தண்ணீர் சேர்த்து, 2 கம்பி பதத்துக்கு பாகு வரும் வரை கொதிக்க வைத்து, குங்குமப் பூ சேர்த்து இறக்கவும்.

❖ பொரித்த மால் பூவாக்களைப் பாகில் முக்கி எடுத்து, வரகு கேசர் ரப்ரியுடன் பரிமாறவும்.

87. சாமை அரிசி பால் பணியாரம்

இது ஒரு காரைக்குடி ஸ்பெஷல்

தேவையான பொருள்கள்:

சாமை அரிசி - 1/4 கப்

பச்சரிசி - 1 கப்

உளுந்து - 1 கப்

சர்க்கரை - 1 1/4 கப்

பால் - 1 லிட்டர்

உப்பு - ஒரு சிட்டிகை

ஏலப் பொடி - 1/4 டீ ஸ்பூன்

சமையல் எண்ணெய் - தேவையான அளவு

செய்முறை:

❖ சாமை அரிசி, பச்சரிசி, உளுந்து, ஒன்றாகப் போட்டு 1 மணி நேரம் ஊற வைத்து, பின் அதிகம் தண்ணீர் சேர்க்காமல், நைசாக அரைக்கவும்.

❖ அடுத்து அடுப்பில் வாணலி வைத்து எண்ணெய் ஊற்றிக் காய வைத்து, கோலி குண்டு அளவு எடுத்து, எண்ணெயில் போட்டு, பணியாரத்தைப் பொன்னிறமாகப் பொரிக்கவும்.

❖ பின் பாலுடன், சிறிது தண்ணீர் சேர்த்துக் காய்ச்சி, சர்க்கரை, ஏலப் பொடி போட்டு, கொதிக்க வைத்து, இறக்கி வைக்கவும்.

❖ பரிமாறும் முன்பு பணியாரத்தை, ஒரு நிமிடம் சூடான தண்ணீரில் போட்டுப் பிழிந்து பாலில் போட்டு, உடனே எடுத்துப் பரிமாறவும்.

குறிப்பு:

1. அதிக நேரம் பணியாரம் பாலில் ஊறினால் உடைந்து விடும்.

2. பாலுடன் சிறிது மில்க் மெய்ட் சேர்த்தால் ருசி அதிகமாக இருக்கும்.

88. சாமை, முந்திரி, பாதாம் ஐஸ் க்ரீம்

சாமை வைத்து ஒரு ஐஸ்க்ரீம் - ஆஹா, எப்படி இருக்குமோ என்று யோசிக்கிறீர்களா?! செய்து பாருங்கள்! சுவைத்துப் பார்த்ததும் நீங்கள் மறுபடியும் செய்வது உறுதி.

தேவையான பொருள்கள்:

பாலில் குழைய வேக வைத்த சாமை அரிசி - 2 டேபிள் ஸ்பூன்

சுண்டக் காய்ச்சிய பால் - 1 லிட்டர்

முந்திரி விழுது - 2 டேபிள் ஸ்பூன்

பாதாம் விழுது - 2 டேபிள் ஸ்பூன்

மில்க் மெய்ட் - 1 கப்

பொடித்த சர்க்கரை - 1/2 கப்

ஏலப் பொடி - 2 சிட்டிகை

குங்குமப்பூ - 1 சிட்டிகை

வெனலா கஸ்டர்டு பவுடர் - 2 டேபிள் ஸ்பூன்

(1/4 கப் தண்ணீரில் 2 டேபிள் ஸ்பூன் கஸ்டர்ட் பவுடரைக் கலக்கவும்).

வெண்ணெய் (உப்பு சேர்க்காதது) - 2 டேபிள் ஸ்பூன்

செய்முறை:

❖ ஒரு நான் ஸ்டிக் வாணலியை அடுப்பிலேற்றி, முதலில் தீயை மிகக் குறைவாக வைத்து, சுண்டக் காய்ச்சிய பாலை விட்டு, கொதி வந்தவுடன், கரைத்த கஸ்டர்டு பொடியைப் போட்டு கலந்து, கை விடாமல், கட்டி பிடிக்காமல் கலக்கவும்.

❖ பின் வேக வைத்த சாமை அரிசி, முந்திரி விழுது, பாதாம் விழுது, மில்க் மெய்ட், பொடித்த சர்க்கரை, ஏலப் பொடி, குங்குமப் பூ, வெண்ணெய் அனைத்தையும் சேர்த்து ஒரு கொதி வந்தவுடன், அடுப்பிலிருந்து இறக்கி, நன்கு ஆற வைத்து, பின் ஒரு மிக்ஸியில் போட்டு கலவையை ஒரு சுற்று சுற்றவும்.

❖ கலவையை ஒரு அலுமினியம் பாத்திரத்தில் விட்டு, பாத்திரத்தை மூடி, ஃப்ரீசரில் (Freezer) ஆறு மணி நேரம் வைத்துப் பரிமாறவும்.

குறிப்பு:

அலுமினியம் பாத்திரத்தில் ஐஸ் க்ரீம் நன்றாக செட் ஆகும். தயவு செய்து கண்ணாடிப் பாத்திரத்தில் விட்டு Freezerல் வைக்க வேண்டாம். கண்ணாடி விண்டு விடும். எவர் சில்வர் பாத்திரத்திலும் சரியாக செட் ஆகாது.

89. சோளம் காரட், பீட்ரூட் ஹல்வா

தேவையான பொருள்கள்:

பொன்னிறமாக வறுத்துப் பொடித்த சோளப் பொடி - 3 டீ ஸ்பூன்

பால் - 3/4 லிட்டர் (காய்ச்சிய பால்)

துருவிய காரட் - 4 கப்

துருவிய பீட்ரூட் - 1 கப்

பொடித்த சர்க்கரை - 2 கப்

சர்க்கரை இல்லாத பால்கோவா - 2 கை

ஏலப் பொடி - 1/2 டீ ஸ்பூன்

நெய் - 2 டேபிள் ஸ்பூன்

பொடியாக நறுக்கிய முந்திரி துண்டுகள் - 1 கை

மேலே அலங்கரிக்க:

மில்க் மெய்ட் - 1 டேபிள் ஸ்பூன்

செய்முறை:

❖ ஒரு அகலமான, அடி கனமான வாணலியை அடுப்பிலேற்றி, முதலில் நெய்யை விடவும். பின்பு துருவிய காரட், பீட்ரூட்டைப் போட்டு, மிக நிதானமான தீயில் ஐந்து நிமிடம் வதக்கி, பின் 3/4 லிட்டர் பால் விட்டு மிதமான தீயில் கொதிக்க விடவும்.

❖ காரட், பீட்ரூட் கலவை வெந்து வரும் தருணம், சோளப் பொடி, பொடித்த சர்க்கரை, ஏலப் பொடி, பால் கோவா சேர்த்து நன்கு கலக்கவும்.

❖ கலவை சுருண்டு வரும் பொழுது, இறக்கி, முந்திரித் துண்டுகள் தூவி, மில்க் மெய்ட் விட்டு, சூடாகப் பரிமாறவும்.

குறிப்பு:

இந்த சோள, காரட் பீட்ரூட் ஹல்வா வெனிலா ஐஸ் க்ரீமுடன் பரிமாற, சுவை பிரமாதம்.

90. குதிரைவாலி பழ, நட்ஸ் கூழ்

தேவையான பொருள்கள்:

பாலில் குழைய வேக வைத்த குதிரைவாலி அரிசி - 1/4 கப்

சுண்டக் காய்ச்சிய பால் - 3 கப்

சற்று கரகரப்பாக பொடித்த முந்திரி, பிஸ்தா, பாதாம் - 1/4 கப்

மில்க் மெய்ட் - 1/2 டின்

ஏலப் பொடி - 1 சிட்டிகை

தேன் - 3 டீ ஸ்பூன்

மிக்ஸியில் கூழாக அடித்த பழக் கலவை - 2 கப்

(சப்போட்டா, கமலா ஆரஞ்சு, அன்னாசி பழம், பலாப் பழம், மாம்பழம், வாழைப் பழம்)

செய்முறை:

❖ ஒரு அகலமான பாத்திரத்தில் மேற்கூறிய எல்லாப் பொருள் களையும், ஒன்றாகக் கலந்து குளிர்சாதனப் பெட்டியில் வைத்து, மூன்று மணி நேரம் குளிர வைத்து, பரிமாறவும். சுவையோ சுவை அள்ளும்.

குறிப்பு:

சீசனல் பழங்களும் சேர்க்கலாம். ஸ்ட்ராபெரி சேர்த்தால் நிறமும் கிடைக்கும். பழங்கள் மாற்றி மாற்றி சேர்த்துச் செய்வதும் நமது விருப்பமே.

91. தினை, வேர்க்கடலை கோக்கோ பிரவுனீஸ்

இந்த பிரவுனீஸ் - குழந்தைகளுக்கும் பெரியவர்களுக்கும் மிகவும் பிடித்த ஒரு கேக் வகை.

தேவையான பொருள்கள்:

பொன்னிறமாக வறுத்துப் பொடித்த தினை மாவு - 2 டேபிள் ஸ்பூன்

மைதா மாவு - 1 1/2 கப்

கோக்கோ பவுடர் - 1/4 கப்

பன்னீர் (உதிர்த்தது) - 1 கப் (உடனே பாலைத் திரித்து செய்த பன்னீர். பன்னீர் ஃபிரஷ்ஷாக இருப்பது மிகவும் முக்கியம். பிரவுனீஸ் மிகவும் மிருதுவாக வரும்.)

சமையல் சோடா - 1 டீ ஸ்பூன்

பொடித்த சர்க்கரை - 1 1/2 கப் + 3 டேபிள் ஸ்பூன்

சமையல் எண்ணெய் (சூரிய காந்தி எண்ணெய்) - 1/2 கப்

வெனிலா எஸென்ஸ் - 1 டீ ஸ்பூன்

சற்று ஒன்றும் பாதியுமாக பொடித்த வேர்க் கடலை - 3/4 கப்

செய்முறை:

- *முதலில் தினை மாவு, மைதா, சமையல் சோடா, கோக்கோ பவுடர் இவற்றைச் சலிக்கவும். ஒரு அகலமான ஆழமான பாத்திரத்தில் சர்க்கரை, வெனிலா எஸென்ஸ், சமையல் எண்ணெய் சேர்த்து நன்கு அடிக்கவும். பின்பு சலித்த கலவையைச் சிறிது சிறிதாகப் போட்டுக் கலக்கவும். கலவை தோசை மாவு பதம் இருக்க வேண்டும். உதிர்த்த பன்னீரைப் போட்டு கலந்து, உடனே ஒரு அலுமினியத் தட்டில் (கேக் டின்னில்) சமையல் எண்ணெய் தடவவும்.*
- *கேக் பேக் செய்யும் அவனை (Oven) ப்ரீ ஹீட் (Pre-heat) செய்யவும். 180° சூடு வைக்கவும்.*
- *ஒன்றும் பாதியுமாக உடைத்த வேர்க் கடலையில் மைதாவைத் தூவி லேசாகக் கலக்கவும் (1/2 டேபிள் ஸ்பூன் மைதாவைத் தூவவும்).*
- *கேக் டின்னில் - 8 அங்குல சதுரமான டின் எடுத்துக் கொள்வது உசிதமானது. கேக் மாவில், டஸ்ட் செய்த வேர்க் கடலையைப் போட்டுக் கலந்து மாவை கேக் டின்னில் போட்டு 160° யில் 40 நிமிடம் பேக் செய்யவும்.*
- *பின் கேக்கை ஆற வைத்து சதுர துண்டுகளாக நறுக்கி, சாக்லேட் சாஸ் உடன் பரிமாறவும். வெனிலா ஐஸ் க்ரீம் - சாக்லேட் சாஸ், ப்ரவுனி - ஒரு நல்ல காம்பினேஷன்.*

குறிப்பு

1. சூரிய காந்தி எண்ணெய் மட்டும் பயன்படுத்தவும். வேறு எந்த எண்ணெயும் நன்றாக இருக்காது.

2. கேக் கலவை கலந்தவுடன், உடனே கேக் டின்னில் போட்டுப் பேக் செய்யவும். இல்லா விட்டால் கேக் கல் மாதிரி ஆகி விடும்.

3. கேக் டின்னை grease செய்து எண்ணெய் அல்லது வெண்ணெய் நன்கு செதும்பத் தடவவும். பின் 1 டேபிள் ஸ்பூன் மைதா போட்டு எல்லாப் பக்கமும் படும்படி தட்டி மீதியுள்ள மைதாவை வெளியே தட்டி எடுத்து விடவும்.

92. ராகி நான்கட்டை பிஸ்கட்

தேவையான பொருள்கள்:

பொன்னிறமாக வறுத்த ராகி மாவு - 2 டேபிள் ஸ்பூன்

மைதா - 2 1/2 கப்

பொடித்த சர்க்கரை - 1 கப்

பேக்கிங் பவுடர் - 1/2 டீ ஸ்பூன்

பேக்கிங் சோடா - 1/2 டீ ஸ்பூன்

நன்கு கடைந்த கெட்டியான, புளிக்காத தயிர் - 3 டீ ஸ்பூன்

உப்பு - 1 சிட்டிகை

ஏலப் பொடி - 1/4 டீ ஸ்பூன்

தண்ணீர் - 2-3 டேபிள் ஸ்பூன்

செய்முறை:

❖ மைதா, ராகி மாவு, சமையல் சோடாவை நன்கு சலிக்கவும். பின் ஒரு அகலமான, வாயகன்ற பாத்திரத்தில், நெய், பேக்கிங் பவுடர் போட்டு, நன்கு குழைய அடிக்கவும். சர்க்கரைப் பொடியைப் போட்டு, நன்கு குழைய கலக்கவும்.

❖ பின் ஏலப் பொடி, உப்பு, தயிர் போட்டுக் கலந்து, சலித்த மாவை சிறிது சிறிதாகப் போட்டு, கலந்து, தேவைப்பட்டால் 2 அல்லது 3 டேபிள் ஸ்பூன் தண்ணீர் தெளித்து, பஞ்சு மாதிரியான மாவு பிசையவும்.

❖ மாவை சிறு உருண்டைகளாக உருட்டி, லேசாகத் தட்டி, நடுவில் ஒரு கத்தியால் ஒரு X கிராஸ் (Cross) போடவும். அதனை 160° சூடு செய்து, இந்த ராகி, நான்கட்டை பிஸ்கட்டை 20 அல்லது 25 நிமிடம் பேக் செய்து எடுக்கவும்.

குறிப்பு: ஒரு ஏடு வைத்து பேக் செய்யும் நேரம் பார்க்கவும். ஒவ்வொரு அவனும் மாறுபடும்.

93. சாமை நட்டி பனானா ஸ்மூத்தி

தேவையான பொருள்கள்:

குழைவாக பாலில் வேக வைத்த சாமை - 2 டேபிள் ஸ்பூன்

நறுக்கிய வாழைப் பழம் - 1 1/2 கப்

பால் பவுடர் - 1/4 கப்

தேன் - 5 டேபிள் ஸ்பூன்

சற்று கரகரப்பாகப் பொடித்த வேர்க் கடலை - 1 கை

ஆரஞ்சு பழச் சாறு - 1 கப்

பட்டைப் பொடி - 1 சிட்டிகை

செய்முறை:

❖ ஒரு பெரிய மிக்ஸி ஜாரில் மேற்கூறிய பொருள்கல் அனைத்தையும் போட்டு இரண்டு நிமிடம் சுற்றி எடுத்து, அழகான கண்ணாடி டம்ளரில் விட்டுப் பரிமாறவும். ஸ்மூத்தியை ஜில்லென்று பரிமாற - வெகு ஜோர்.

94. வரகு குலோப் ஜாமூன்

தேவையான பொருள்கள்:

பொன்னிறமாக வறுத்துப் பொடித்த வரகரிசி பொடி - 2 டேபிள் ஸ்பூன்

சர்க்கரை சேர்க்காத ஃபிரஷ் பால்கோவா - 2 1/2 கப்

மைதா - 3 டேபிள் ஸ்பூன்

பால் பவுடர் - 2 டேபிள் ஸ்பூன்

ஜாமூன் பொரிக்க:

சமையல் எண்ணெய் - தேவையான அளவு

நெய் - 3 டேபிள் ஸ்பூன்

சர்க்கரைப் பாகு செய்ய:

சர்க்கரை - 2 கப்

தண்ணீர் - 3 கப்

ஏலப் பொடி - 1/2 டீ ஸ்பூன்

குங்குமப் பூ - சிறிது

மேலே அலங்கரிக்க:

பொடிகளாக நறுக்கிய பிஸ்தா துண்டுகள் - சிறிது

சர்க்கரை பாகு செய்முறை:

- ❖ அடிகனமான ஒரு வாணலியை அடுப்பிலேற்றி, சர்க்கரை, தண்ணீர் சேர்த்து, நன்கு 15 நிமிடம் மிதமான தீயில் கொதிக்க வைக்கவும்.
- ❖ நன்கு கொதித்து வந்ததும் ஏலப் பொடி, குங்குமப் பூ தூவி கலந்து இறக்கவும்.

ஜாமூன் செய்முறை:

- ❖ ஒரு அகலமான தட்டில் வரகரிசி பொடி, பால்கோவா, மைதா, பால் பவுடர் சேர்த்து நன்கு அழுத்திப் பிசையவும். சின்னச் சின்ன உருண்டைகளாக உருட்டி வைக்கவும்.
- ❖ அடுப்பில் வாணலி வைத்து எண்ணெய் ஊற்றிக் காய்ந்ததும் சூடான எண்ணெயில் உருண்டைகளைப் போட்டு (எண்ணெய் காய்ச்சல் மிதமாக இருக்கட்டும்). பொன்னிறமாகப் பொரித்தெடுக்கவும்.
- ❖ தயாராயிருக்கும் சூடான சர்க்கரை பாகில் பொரித்த உருண்டைகளைப் போட்டு ஊற விடவும். 1/2 மணி நேரம் ஊற விட்டு எடுத்து ஒரு தட்டில் அடுக்கி, மேலே நறுக்கிய பிஸ்தா பருப்பைத் தூவி அலங்கரிக்கவும். பரிமாறவும்.

குறிப்பு

1. ஜாமூன் நன்கு ஊற, ஜாமூனை சின்ன உருண்டைகளாக உருட்டி, ஒரு ஊசியால் சிறிது துளை போட்டு பின் பொரித்து, சர்க்கரை பாகில் போட்டு ஊற விட்டால், மிகவும் மிருதுவான ஜாமூன் கிடைக்கும்.

2. கையால் அழுத்தி பிசைய முடியாதவர்கள், வரகரிசி பொடி, மைதா கோவாவை மிக்ஸியில் போட்டு, ஒரு சுற்றுச் சுற்றி, நன்கு கலக்கவும். பின்பு எடுத்து, ஒரு அகலமான தட்டில் போட்டு பிசையலாம்.

95. சோள, ஸ்ட்ராபெர்ரி ஸ்மூத்தி

தேவையான பொருள்கள்:

பொன்னிறமாக பொடித்த சோள மாவு - 2 டேபிள் ஸ்பூன்

நறுக்கிய ஸ்ட்ரா பெர்ரி பழம் - 3 கப்

கெட்டியான, புளிப்பில்லாத தயிர் - 1 கப்

தேன் - 2 டேபிள் ஸ்பூன்

மிக்ஸ்டு ஃப்ரூட் ஜாம் - 2 டேபிள் ஸ்பூன்

கிராம்புப் பொடி - 1 சிட்டிகை

ஐஸ் தண்ணீர் - 1/2 கப்

ஐஸ் க்யூப் - 4 (லேசாக உடைத்து)

செய்முறை:

- ஒரு பெரிய மிக்ஸி ஜாரில் மேற்கூறிய பொருள்கள் அனைத்தையும் போட்டு, இரண்டு நிமிடம் அடித்து, உயரமான க்ளாஸில் ஸ்மூத்தியை விட்டு அசத்தலான சுவையுடன் உடனே பரிமாறுங்கள்.

96. குதிரைவாலி கலவை லட்டு

தேவையான பொருள்கள்: (15 லட்டுக்கு)

பொன்னிறமாக வறுத்துப் பொடித்த குதிரைவாலி அரிசிப் பொடி - 2 டேபிள் ஸ்பூன்

கோதுமை மாவு - 2 கப்

கடலை மாவு - 1 கப்

பால் பவுடர் - 1/4 கப்

பொடித்த சர்க்கரை - 1 1/4 கப்

கரகரப்பாக பொடித்த முந்திரி, பாதாம், பிஸ்தா - 1/4 கப்

சூடான நெய் - 3/4 கப்

செய்முறை:

- ஒரு அகலமான, அடிகனமான வாணலியில் நெய்யைச் சூடாக்கி, குதிரைவாலி அரிசிப் பொடி, கடலை மாவு, கோதுமை மாவைப் போட்டு, அடுப்பைச் சிம்மில் வைத்து, பொன்னிறமாக வறுக்கவும்.
- பின் பொடித்த முந்திரி, பாதாம், பிஸ்தாவை அதனுடன் போட்டு, அடுப்பிலிருந்து இறக்கவும்.
- அடுத்து சர்க்கரைப் பொடியைச் சேர்த்துக், கலந்து, லட்டு பிடிக்கவும். ஒரு காற்று புகாத டப்பாவில் எடுத்து வைத்து சாப்பிடத் தரவும்.

97. தினை தக்காளி ஜாம்

தேவையான பொருள்கள்:

பொன்னிறமாக வறுத்துப் பொடித்த தினை அரிசி - 2 டேபிள் ஸ்பூன்

வேக வைத்து, தோல் எடுத்து, ஒன்றும் பாதியுமாக நன்கு மசித்த தக்காளி கூழ் - 3 கப்

1 கம்பி சர்க்கரைப் பாகு - 1 கப்

ஏலப் பொடி - 1/2 டீ ஸ்பூன்

பொடியாக நறுக்கிய முந்திரி, பாதாம் - 1 கை

நெய் - 1 டேபிள் ஸ்பூன்

செய்முறை:

❖ அடிகனமான ஒரு வாணலியை அடுப்பிலேற்றி, நெய் விட்டு, அடுப்பை மிதமான தீயில் வைக்கவும்.

❖ பின் தினைப் பொடியைப் போட்டு, ஒரு திருப்பு திருப்பி, பின் மற்ற பொருள்களை எல்லாம் போட்டுக் கலந்து, அடுப்பை சிம்மில் வைத்துக் கிளறவும்.

❖ கலவை கெட்டியானதும், இறக்கி ஆற வைத்து, எடுத்து வைக்கவும். அதிகம் கொதிக்க வைத்தால் சர்க்கரை முறிந்து, இறுகி விடும்.

குறிப்பு:

குளிர்சாதனப் பெட்டியில் வைத்து, ஒரு வாரம் வரை உபயோகிக்கலாம்.

98. குதிரைவாலி குலாப்கி கீர்

தேவையான பொருள்கள்:

பாலில் குழைய வேக வைத்த குதிரைவாலி அரிசி - 3 டேபிள் ஸ்பூன்

நன்கு கெட்டியான பால் - 1 1/4 லிட்டர்

சர்க்கரை (பொடித்தது) - 3/4 கப் (அல்லது) 1 கப்

நன்கு அலசி, சுத்தம் செய்த ரோஜா இதழ்கள் - 1 1/2 கப் (சற்று கரகரப்பாக அரைக்கவும்)

ரோஸ் (குலாப்) எஸென்ஸ் - 3 சிட்டிகை

தண்ணீர் - 1/4 கப்

மேலே அலங்கரிக்க:

பொடியாக நறுக்கிய முந்திரி, பாதாம் - சிறிது

செய்முறை:

❖ ஒரு அகலமான, அடி கனமான வாணலியில் தண்ணீர் விட்டு அடுப்பிலேற்றி, நிதானமான தீயில் சூடாக்கவும்.

❖ பின் சூடான தண்ணீருடன் பாலை விட்டு பால் பாதி அளவு சுண்டியதும், வேக வைத்த குதிரைவாலி அரிசியைப் போட்டு கொதிக்க வைக்கவும்.

❖ ஐந்து நிமிடம் கொதித்ததும், சர்க்கரைப் பொடி சேர்த்து மேலும் ஐந்து நிமிடம் கொதிக்க வைத்து அடுப்பிலிருந்து இறக்கவும்.

❖ கூடவே எஸென்ஸ் விட்டுக் கலந்து, லேசாக ஆறியதும், கரகரப்பாக அரைத்த ரோஜா இதழ் கலவையைச் சேர்த்துக் கலந்து அலங்கரித்து, குளிரூட்டி பருகத் தரவும்.

99. வரகரிசி, பன் ஹல்வா

வரகரிசி பன் ஹல்வா! மிகவும் மிகவும் சுவையான ஒரு ஹல்வா வகை! சூடாகச் சுவைக்க சிம்பிளி சூப்பர்ப்!

தேவையான பொருள்கள்:

பொன்னிறமாக வறுத்து பொடித்த வரகரிசி பொடி - 2 டேபிள் ஸ்பூன்

பொன்னிறமாக நெய்யில் பொரித்த பன் துண்டுகள் - 5 கப்

சர்க்கரைப் பொடி - 1 1/4 கப்

சர்க்கரை சேர்க்காத பால்கோவா - 1 கப்

பால் பவுடர் - 1/2 கப்

நெய் - 3 டேபிள் ஸ்பூன்

குங்குமப்பூ - சிறிது (சூடான பாலில் ஊற வைக்கவும்)

ஜாதிக்காய் பொடி - 1 சிட்டிகை

காய்ச்சிய பால் - 1 கப்

நெய்யில் வறுத்த முந்திரித் துண்டுகள் - 2 டேபிள் ஸ்பூன் (அலங்கரிக்க)

செய்முறை:

❖ ஒரு நான்-ஸ்டிக் வாணலியை அடுப்பிலேற்றி, மிதமான தீயில் மேற்கூறிய பொருள்களை எல்லாம் போட்டுக் கலந்து, கலவை சுருண்டு வரும் பொழுது, இறக்கி, அலங்கரித்து சூடாகப் பரிமாறவும்.

100. குதிரைவாலி மான்கநெம் (Manganem)

மான்கநெம் - கோவாவைச் சேர்ந்த ஒரு இனிப்பு வகை. ரசித்து, ருசித்துச் சாப்பிட, மிக அருமையான டிஷ்.

தேவையான பொருள்கள்:

பாலில் குழைய வேக வைத்த குதிரைவாலி அரிசி - 1/4 கப்

வேக வைத்த கடலைப் பருப்பு - 1 கப்

வேக வைத்த ஜவ்வரிசி - 1 டேபிள் ஸ்பூன்

முந்திரி - 1 கை (சுடுதண்ணீரில் முங்கும் அளவு ஊற வைக்கவும்)

தேங்காய்ப் பால் - 5 கப்

துருவிய வெல்லம் - 1 1/4 கப்

ஏலப் பொடி - 1 டீ ஸ்பூன்

நெய் - 2 டேபிள் ஸ்பூன்

உப்பு - 1 சிட்டிகை

செய்முறை:

❖ முதலில் ஒரு அகலமான, அடி கனமான பாத்திரத்தில் துருவிய வெல்லம், லி கப் தண்ணீர் விட்டுக் கொதிக்க வைத்து, வடிகட்டவும்.

❖ வடிகட்டிய வெல்லத்தை மீண் டும் ஐந்து நிமிடம் கொதிக்க வைக்கவும்.

❖ பின் அகலமான, அடி கனமான ஒரு வாணலியை அடுப்பிலேற்றி, வேக வைத்த குதிரைவாலி அரிசி, வேக வைத்த கடலைப் பருப்பு, வேக வைத்த ஜவ்வரிசியைப் போட்டு மிதமான தீயில் ஐந்து நிமிடம் ஒன்று சேர கொதிக்க வைக்கவும்.

❖ பின்பு வெல்லப் பாகு, தேங்காய்ப் பால், ஏலப் பொடி, வடிகட்டிய முந்திரி, நெய் போட்டு சிம்மில் ஐந்து நிமிடம் கொதிக்க வைத்து, உப்பு சேர்த்து, இறக்கி சூடாகவோ, சில்லென்றோ பரிமாறவும்.

தொட்டுக்கொள்ள சில சட்னி வகைகள்

1. இனிப்பு சட்னி

தேவையான பொருள்கள்:

வெல்லம்(பொடித்தது) - 8 ஸ்பூன்

மிளகாய் தூள் - 1/2 ஸ்பூன்

தண்ணீர் - 1 1/2 கப்

சுக்குப் பொடி - 2 அல்லது 3 சிட்டிகை

அம்சூர் பொடி - 2 டேபிள் ஸ்பூன்

உப்பு - தேவையான அளவு

தாளிக்க:

சமையல் எண்ணெய் - 1 டேபிள் ஸ்பூன்

சீரகம் - ஒரு ஸ்பூன்

செய்முறை :

❖ முதலில் 11/2 கப் தண்ணீரில் வெல்லத்தைக் கரைத்து வடிகட்டவும். இந்த வெல்லக் கரைசலோடு மற்ற சாமான்களைச் சேர்த்து (தாளிக்கும் பொருள்களைத் தவிர) அடுப்பில் வைத்து, மிதமான தீயில் கொதிக்க விடவும். தோசை மாவு பதத்தில், சற்று நீர்க்க இருக்க வேண்டும்.

102

- ❖ ஒரு வாணலியில் எண்ணெய்விட்டுக் காய்ந்ததும் சீரகம் போட்டுத் தாளிக்கவும். பின் தாளித்த சீரகத்தை சட்னியில் கலக்கவும். ஆற விடவும். காற்றுப் புகாத டப்பாவில் போட்டு குளிர் சாதனப் பெட்டியில் வைக்கவும்.

2. இனிப்பு, புளிப்பு சட்னி

தேவையான பொருள்கள்:

வெல்லம் (பொடித்தது) - 1 1/2 கப் (வெல்லத்தை 1/2 கப் தண்ணீரில் போட்டு லேசாகக் கொதிக்க வைத்து வடிகட்டவும்)

புளித் தண்ணீர் - 1 கப் (1 1/2 கப் தண்ணீரில் ஊற வைத்துக் கெட்டியாக வடிகட்டவும்)

சுக்குப் பொடி - 1/2 டேபிள் ஸ்பூன்

மிளகாய்த் தூள் - 1 டீ ஸ்பூன்

கறுப்பு உப்பு - 1/2 டேபிள் ஸ்பூன் (காலா நமக் என்று கடைகளில் கிடைக்கும். சாட் வகைகளுக்கு பயன்படுத்தலாம்)

சமையல் எண்ணெய் - 1 டேபிள் ஸ்பூன்

சீரகம் - 1 டேபிள் ஸ்பூன்

உப்பு - தேவையான அளவு

செய்முறை :

- ❖ வெல்லத் தண்ணீர், புளித் தண்ணீர், உப்பு, சுக்குப் பொடி, மிளகாய்த் தூள் ஆகியவற்றைச் சேர்த்துக் கொதிக்கவிடவும். தோசை மாவு பதம் வந்தவுடன் (காலா நமக்) சேர்க்கலாம்.
- ❖ ஒரு வாணலியில் எண்ணெய் விட்டு, சீரகம் தாளித்து, பின் சட்னியில் கலக்கவும். ஆறவிட்டு, பின் காற்றுப் புகாத டப்பாவில் போட்டு குளிர்சாதனப் பெட்டியில் வைக்கவும்.

3. சிவப்பு பூண்டு சட்னி

தேவையான பொருள்கள்:

பூண்டு - 20 (அ) 25 பல் (பொடியாக நறுக்கி வைத்துக்கொள்ளவும்)

காஷ்மீரி மிளகாய்ப் பொடி - 1 டேபிள் ஸ்பூன் (இந்த மிளகாய்ப் பொடி எல்லா பெரிய சூப்பர் மார்க்கெட்டுகளிலும் கிடைக்கும்)

எலுமிச்சம் பழச்சாறு - 1 1/2 கப்

உப்பு - தேவையான அளவு

செய்முறை :

❖ மேற்கூறிய சாமான்களை நன்கு மைய அரைக்கவும். ஒரு காற்றுப் புகாத டப்பாவில் போட்டு, குளிர்சாதனப் பெட்டியில் வைக்கவும். ஒரு வாரம் வரை கெடாமல் இருக்கும்.

4. பச்சை சட்னி

எந்த சாட் வகையாக இருந்தாலும் இந்தச் சட்னிதான் மிகவும் முக்கியம்.

தேவையான பொருள்கள்:

கொத்தமல்லித் தழை - 2 சிறிய கட்டு (சுத்தம் செய்து, நன்கு தண்ணீரில் அலசி, பொடியாக நறுக்கவும்)

புதினா - 1/2 கட்டு (நன்கு சுத்தம் செய்து, அலசி பொடியாக நறுக்கவும்)

பச்சை மிளகாய் - 2 அல்லது 3 (காரத்துக்கு ஏற்ப)

வெங்காயம் - 1 பெரியது (பொடியாக நறுக்கி வைத்துக்கொள்ளவும்)

மாங்காய் அல்லது எலுமிச்சம் பழம் - ஒரு துண்டு (மாங்காய் பயன்படுத்துவதென்றால் பொடியாக நறுக்கவும். எலுமிச்சம் பழம் பயன்படுத்துவதென்றால் சாறு எடுத்து ஒரு கல் உப்பு போட்டு வைக்கவும். அப்போதுதான் கசக்காமல் இருக்கும்.)

சர்க்கரை - 1 டேபிள் ஸ்பூன்

பூண்டு - 2 பல் (பொடியாக நறுக்கவும்)

உப்பு - தேவையான அளவு

செய்முறை :

❖ மேற்சொன்ன சாமான்களை நன்கு மைய அரைக்கவும். பானி பூரி செய்யும்போது மட்டும் சற்று நீர்க்கக் கரைக்கவும். மற்ற சாட் வகைகளுக்கு பச்சை சட்னி கெட்டியாக இருப்பது நல்லது.

---

www.ingramcontent.com/pod-product-compliance
Lightning Source LLC
LaVergne TN
LVHW041324080426
835513LV00008B/577
* 9 7 8 9 3 8 4 1 4 9 3 3 8 *